AF762407

ஒரு கதை சொல்லவா?

Published By

www.poetryworld.org

Oru kathai sollavaa
Edited By Niveditha Preeth
Published by: Poetry World Org.
Publisher's Address: Haryana
Printed under PWO in India

 Special credits to Dr.Niveditha and Dr.Nitin Chopra.

Cover image source: Pinterest

Edition : I (2022)
ISBN (Paperback) - 9789392507007
Book Design by POETRY WORLD

ஒரு கதை சொல்லவா?

தொகுப்பாளர்

Dr. நிவேதிதா பிரீத் MDS

இதழாசிரியர்

அப்சல் அகமது

ஒரு கதை சொல்லவா?

"ஒரே ஒரு ஊர்ல... ஒரே ஒரு ராஜா இருந்தானாம்...."

என்று துவங்கி இரவு இமைகள் மூடும் வரை நீளும் நம் பாட்டி, தாத்தா சொன்ன கதைகள் ஏராளம். அதை கேட்டு வளர்ந்த அந்த காலம் ஓர் அழகிய கனா காலம் என்று கூறலாம்.

அப்படிப்பட்ட கதைகள் கேட்டு வளர்ந்த குழந்தைகள் இன்று கதாசிரியர்களாக படைத்த கதைகளின் தொகுப்பு தான் "ஒரு கதை சொல்லவா?" காதல், நட்பு, சமூகம் போன்ற பல கருப்பொருள் கொண்டு கதைகள் படைக்கப்பட்டுள்ளன.

படித்து மகிழுங்கள்...

தொகுப்பாளர்

டாக்டர். நிவேதிதா பிரீத் *MDS,* தொழிலில் பல் மருத்துவர், ஆர்வத்தால் எழுத்தாளர். அவர் தனது தொழில் மற்றும் எழுத்தின் மூலம் புன்னகை பரப்புவதை நம்புகிறார். அவர் பல தேசிய மற்றும் சர்வதேச புத்தக தொகுப்புகளின் இணை ஆசிரியராக இருந்துள்ளார். அரசாங்கத்தால் அங்கீகரிக்கப்பட்ட இந்தியாவின் இலாப நோக்கற்ற சர்வதேச இலக்கிய அமைப்பில் தன்னார்வலராகவும் உள்ளார். கடவுள் மீதான நம்பிக்கை மட்டுமே அவர் ஒருபோதும் இழக்காத ஒன்று.

Insta id: @niveditha_preeth

இதழாசிரியர்

இவன் பெயர் அப்சல் அகமது. கண்ணகி தன் சினத்தால் தீயிட்டு சாம்பலாக்கிய மதுரை மாநகரில் பிறந்தவன். தற்போது இளங்கலை பொறியியல் பயின்று வருகிறார்.

"என்றோ 'அ' வில் துவங்கிய என் பயணம் 'தமிழ்' வழி பயணித்து, இன்று 'கவிதை' யில் வந்து என்னைசேர்த்தது".

"சீரிய நினைவுகளும் சிவந்த காயங்களும், கற்பனையின் சித்திரம்" ஆகிய நூல்களின் தொகுப்பாளர் ஆவர். மேலும், இவர் 40 மேற்பட்ட நூல்தொகுப்புகளில் இணை ஆசிரியராக பணியாற்றியுள்ளார்.

திறமையை உள் சுமக்கும் பல திறமையாளர்களை கண்டறிந்து அவர்களின் கனவை நிறைவேற்றுவதன் மூலம் இன்பம் கொள்கிறார்கள்.

Insta id: @karaiyatra_kavithai

உள்ளடக்கம்

மறுக்கப்பட்ட தேவைகள்

அரசு தொலைக்காட்சியில் செய்தி ஒலித்துக் கொண்டிருந்தது. தன் பள்ளிப்பையை சரிபார்த்த முத்து அதை மாட்டிக் கொண்டு பள்ளிக்கு கிளம்பினான். ஒரு கிலோமீட்டர் தொலைவில் உள்ள அவன் பள்ளிக்கு தினமும் நடந்தே செல்வான். அது அவனுக்கு மிகவும் பிடித்த பயணமாக தோன்றும். காரணம் வீட்டின் வறுமையை மறக்கும் வண்ணம் நண்பர்களுடன் பேசி சிரித்து கொண்டே செல்வது தான்.

அம்மா அப்பா இருவரும் தினக்கூலி. இப்போதெல்லாம் அவனுக்கு தினமும் உணவு கிடைத்துவிடுகிறது. அதுவே அவனுக்கு மிகுந்த மகிழ்ச்சியாக இருந்தது. காலையில் பழைய சாதத்தை வெங்காயத்தோடு உண்டு விட்டு தெம்பாக நடப்பதே ஒரு தனி சுகமாக தோன்றியது. ஆனால் எப்போதும் போல நண்பர்கள் இணையவில்லை. சரி பள்ளி சென்று பார்த்து கொள்ளலாம் என்று நினைத்தவன் விரைந்தான். செருப்பு சற்று தேய்ந்து போயிருந்ததால் வெயிலில்லாத இடங்களில் கையில் தூக்கிக் கொள்வான். இன்றும் வெயில் பெரிதாக இல்லாமல் இருக்க கையில் செருப்பை தூக்கிக் கொண்டான்.

திடீரென யாரோ அழைப்பது போலத் தோன்ற திரும்பி பார்த்தான். அவன் அண்ணன் ஓடி வந்து

கொண்டிருந்தார். அவன் நிற்க அவனை நெருங்கியவர் மூச்சிரைக்க பேசினார்.

"ஏ முத்து.. இம்புட்டு நேரம் நா கத்திட்டு வாரது ஓ காதுல விழுவலையா?"

அசடு வழிய சிரித்தவாறே, "அது.. வேற நினப்புல இருந்துட்டேன். நா தா எதையும் மறக்காம எடுத்துட்டு வந்துட்டேனே. பொறவு ஏன்மா ஓடியாற? நீ வேலைக்கு போவலையா" என்று கேட்டான்.

"அத்த யேன் கேக்குற. ஊர் உலகத்தில ஏதோ கொரானாவாம். பத்து நாளைக்கு எங்கியும் போவாமே வீட்டுலயே இருக்கனுமாம். ஒனக்கும் பள்ளிக் கூடம் கிடையாது. வெரசா வா" என்று வந்த வழி நடந்தார்.

விடுமுறை என்று அறிந்ததும் குத்தாட்டம் போடும் மாணவர்கள் மத்தியில் முத்து சற்று வித்தியாசமானவன். அவனுக்கு பள்ளி என்றால் அத்தனை இஷ்டம். எல்லா பாடத்திலும் நல்ல மதிப்பெண் எடுப்பான். எப்படியாவது படித்து நல்ல வேலைக்கு செல்ல வேண்டும் என்பது அவன் லட்சியம். அதனால் இந்த செய்தி அவனுக்கு ஏமாற்றம் அளித்தது.

நாட்கள் மாதங்களாகியது. ஆனால் நிலை மாறவில்லை. தினமும் கிடைத்த உணவு இப்போதெல்லாம் ஒரு வேளையாகியது. அரசாங்கம் கொடுத்த இலவச அரிசியால் ஏதோ குடும்பம் ஓடுகிறது. ஆனால் இது எதுவும் முத்துவை பாதிக்கவில்லை.

படிக்க முடியவில்லையே என்ற ஏக்கம் தான் அவனுள் அதிகம் இருந்தது.

அவன் நண்பனுக்கு அவன் தந்தை தவணை முறையில் அலைபேசி வாங்கிக் கொடுத்திருந்தார். அதில் ஆசிரியர் பாடம் எடுக்கிறார். அதைப் பார்க்கும் போது அவனுக்கு இன்னமும் ஆசையாக இருந்தது. இதிலேயே உழன்றவன் ஒரு முடிவுக்கு வந்தான்.

சில கிலோமீட்டர் தொடர்ந்து நடந்து ஒரு வீட்டை அடைந்தான். நாவெல்லாம் வரண்டிருந்தது. காலெல்லாம் வலியில் துடித்தது. கதவைத் தட்டினான். ஒரு பெண்மணி கதவைத் திறந்தார். இவனைக் கண்டதும் அவருக்கு ஆச்சரியமாக இருந்தது.
"முத்து இங்கே என்ன செய்ற? உள்ள வா மொதோ" என்று குடிக்கு தண்ணீர் கொடுத்து அமர வைத்தார்.

அதை மறுத்தவன் கண்களில் கண்ணீரோடு, "மிஸ் என்ட ஃபோன் இல்ல. படிக்காம பைத்தியமே பிடிக்குது. எனக்கு இங்கயே ஒரு ஓரமா சொல்லித் தர்றீங்கீளா?" என்று கேட்டான்.

அவன் கேள்வியில் தெரிந்த அவன் அறிவுப் பசி அவரை உலுக்கியது. முதலில் அவனுக் வற்புறுத்தி பழச்சாறு வழங்கினார். அது அவனுக்கு அமிர்தமாக தொண்டையில் இறங்கியது.

அவன் வயிற்றின் பசியை போக்கியது போல அவன் அறிவுப் பசியையும் போக்கத் திட்டமிட்டார்.

எளிய மாணவர்களை மரத்தடிக்கு அழைத்து சென்று கற்றுத் தர தொடங்கினார்.

தன்னால் இயன்றவரை பல எளிய மாணவர்களின் மறுக்கப்பட்ட தேவைகளை பூர்த்தி செய்ய முடிவெடுத்தார்.

ரியா சுந்தர்

அவனும்...! அவளும்...!

அவனும்...! அவளும்...! அவள் பருவத்தின் பின் முளைத்த முதல் அரும்பு. முதலும் அவனே முடிவும் அவனாகவே" இருக்க வேண்டும் என்பது அவளின் ஆசை. கண்களிலே கதைகதைத்து கொள்வதில் இவர்களை மிஞ்ச எவரும் இல்லையாம்.அப்படிப்பட்ட இருவரும் ஓர் புதுவித ஈர்ப்பால் இணைந்திருந்தார்கள். ஆனால் இதுவரை ஒருவருக்கொருவர் வெளிப்படுத்திக் கொண்டதே இல்லை.

முறைப்பையன் முறைப்பெண் என்பதால் அவ்வுறவிற்குரிய ஆசை, வெட்கம், நாணம், ஈர்ப்பு என அனைத்தும் அவளுக்குள் பூத்துக்குலுங்கியது. எல்லாவற்றையும் உள்ளுக்குள்ளே ஒளித்து வைத்து இருவரும் வெளியே சகஜமாக பழகிக்கொள்வார்கள்.

ஒருநாள் கல்லூரி விடுமுறை என்பதால் ஊட்டியில் உள்ள தன் மாமா வீட்டிற்கு செல்லத் தயாராகிக் கொண்டிருந்தாள் அவள். எதர்சியாக புது பைக் ஒன்றை வாங்குவதற்காக வந்த அவனோ வாங்கிக் கொண்டு நேராக அவள் வீட்டிற்கே வந்துவிட்டான்.

அவளுக்கோ இனம்புரியாத இன்ப அதிர்ச்சி போல் இருந்தது அவனின் வருகை. மேலும் அவளுக்கு

பிடித்தமான பைக்கை கண்டவுடன் அவள் முகமோ இன்பத்தில் திளைத்தது.

நமக்கு பிடித்த பைக்கில் நம்மை ஈர்த்த அவளை முதலில் ஏற்ற வேண்டும் என்ற ஆசையுடன் அவனும், அதற்காக காத்திருந்த அவளும், அதில் நீண்ட பயணம் செல்ல வேண்டும் என்பது இருவருக்கும் ஓர் நீண்ட நாள் ஆசை.

அதை நினைத்து மெய்மறந்த இருவரும் தன்நிலை மறந்து நின்றிருக்க அதற்கேற்றவாறு அவளிடம், ''தனியாக நீ செல்ல வேண்டாம் உன் மாமாவும் ஊருக்கு தான் செல்கிறான் நீ அவனுடனே சென்று விடு,'' எனக் கூறினாள் அவனின் அத்தை.

ஆசைகள் யாவும் தன் கண் முன்னே நிகழ்வதை நினைத்து அவளோ தன் கைகளை கிள்ளிப் பார்த்து சிறு புன்னகையுடன் சோதித்து பார்கிறாள். இது நிஜமா இல்லை கனவா? என்று.

இருவரும் இப்படிப்பட்ட தருணத்தை கனவிலும் எதிர்பார்க்கவில்லை. ஆகையால் இந்நேரத்தை பயன்படுத்தி தன் காதலை இன்றே சொல்லிவிட வேண்டும் என இருவரும் தீர்மானித்தனர்.

அவனோடு முதல் முறை பைக்கில் செல்வதால் அதுவும் பல மலைகளை கடந்த நீண்ட பயணம் என்பதால் அதை நினைத்து பார்கையிலே அவள் உடம்பே விறுவிறுத்தது. முதல் முறை அவளின் கைகள்

தன் தோலின் மேல் படர்வதால் அவன் உடம்பே சிலிர்த்தது. மனதில் ஓர் புதுவித உணர்வுகளுடன் இருவரும் பயணத்தை தொடங்கினார்கள்.

சில்லென்ற காற்று ஒருபக்கம் வீச மனதில் ஆசைகளை மறைத்தபடி வளைந்து நெளிந்த பாதையில் வரிகோடிட்டபடி பின் அமர்ந்திருதாள் அவள்.

நீண்ட பாதைகள் நிதானமாய் இருவரையும் அழைத்துச்செல்ல மௌனங்கள் மனதை சிறைபிடிக்க நெடுந்தூரமாய் அவளின் கைகளும், அவனின் தோல்களும் மட்டுமே ஒன்றோடொன்று உரையாடிக்கொண்டிருந்தது. செல்லும் வழியெங்கும் பச்சைபசேலென்ற இயற்கை எழிலும் சில்லென்ற குளிர்ந்த காற்றும் இவர்களை உரசிச்செல்ல ஏதோ ஒரு உத்வேகத்தில் "என்னை உனக்கு பிடித்திருக்கிறதா? உன் பெயர் பின்னால் என் பெயரை சேர்த்துக் கொள்வாயா?" என்று அவளிடம் கேட்டுவிட்டான். அவளுக்கோ அதைக் கேட்டவுடன் மனதில் மின்னல் வந்து பாய்ந்தது போல் ஜிவ்வென்று இருந்தது.

ஆனால் அவள் எதையும் வெளிக்காட்டிக் கொள்ளாமல் தன் காதலின் வெளிப்பாடு ஓர் புதுவிதமாய் இருக்க வேண்டும் என எண்ணி சமயம் வரும் வரை காத்திருக்க வேண்டும் என மௌனத்தை கடைப்பிடித்தாள்.

இருபுறங்களும் மலைகளாலும், செடி கொடிகளாலும் நிறைந்திருக்க சட்டென்று ஓர் இடம் இரம்மியமாய் காட்சியளித்தது. அவள் உடனே அவனிடம் "இந்த இடம் நல்லார்குங்க கொஞ்ச நேரம் நின்னு பார்த்திட்டு போகலாமா?" என்று ஆசையோடு கேட்க அவனும் சரி இறங்கு போகலாம் என்றான். இந்த இடத்திற்கு ஓர் சிறப்புண்டு. என்னவென்றால் இவ் உச்சியில் நின்று நாம் மனதில் நினைத்ததை ஒருமுறை சத்தமாக சொன்னால் பலமுறை, நாம் சொல்லியதை திரும்பச் சொல்லும். இதை தெரிந்த இருவரும் சரி இதுதான் சமயம் நம் மனதில் இருப்பதை இங்கு சொல்லிவிட வேண்டும் என முடிவெடுத்தனர்.

மனிதர்கள் யாருமில்லா அம்மலையின் உச்சியில் குளிர்ந்த காற்றும், மரங்களின் அசைவுச் சத்தமும், விறுவிறுப்பாய் நகரும் மேகங்களும் ஒன்றாய் இருவரை சூழ்ந்திருக்க எதார்த்தமாய் அவனும் நின்றிருக்க. "உங்கள எனக்கு ரொம்ப புடிச்சிருக்கு... ஐ லவ் யூ சோ மச்" என்று சத்தமாக கூச்சலிட்டு அருகில் இருந்த அவனின் கைகளை இறுக்கமாக பற்றிக்கொண்டாள்.

அவள் சொன்னதை பல முறை இயற்கை திரும்பச் சொன்னதை கேட்டு அவள் கைப்பற்றியது கூட அறியாமல் அவன் பிரமித்து போக. அச்சத்தம் நின்ற பின்னே அவன் சுயநினைவிற்கு திரும்பினான்.

இருவரும் சிறுக சிறுக சேமித்து அவனோ தன் என்னவளுக்காக ஒரு மோதிரமும் அவளோ தன் என்னவனுக்காக ஒரு மோதிரமும் வாங்கி வைத்திருந்தனர். பின் அவளோ அவன் முன் மண்டியிட்டு "மாமா உங்கள எனக்கு ரொம்ப புடிச்சிருக்கு, நாம கல்யாணம் பண்ணிக்கலாமா?" என்று கேட்க அவனோ இந்நொடிக்காகத்தான் நான் இத்தனை நாள் காத்திருந்தேனடி "ஐ லவ் யூ சோமச்" என்று சொல்லி, பின் குங்குமம் வைத்துவிட வேண்டிய நெற்றியில் முன்னதாகவே தன் முத்தத்தை பதிவிட்டு பதிலளித்தான்.

இயற்கையை சாட்சியாக கொண்டு பின் இருவரும் ஆசையாய் வாங்கி வைத்திருந்த மோதிரத்தை அணிவித்து தன் காதலின் முதல் அடியை எடுத்து வைத்தனர். பின் தோல்மேல் தலைசாய்த்த படி அவளும், கூந்தல் முடியினை வருடியபடி அவனும்,இருகைகள் இணைந்தபடி இருவரும் வெகுநேரம் அமர்ந்து மனதால் இணைந்து சில நொடிகள் காதலில் மிதந்து புதுவித பாதையில் தன் பயணத்தை மேற்கொண்டனர்.

கவிதை தோழி மைதிலி

இரத்த போதையில் அழியும் பெண்மை

அன்று செம்ம குளிர். ஆள் மறைக்கும் பனி. மழைக் காலம் வேறு.காரிருள் மேகங்கள்.வானம் அவ்வாறு இருந்தது இல்லை அது வரை. உலகமே திக்கற்று நின்றது. இரத்த ஓலங்கள், ஏதோ பெரிய போர் போல.அன்று தான் அதுவும் நிகழ்ந்தது. அந்த கொடியவள் பிறந்தாள் பெரிய ஊசியுடன்,குத்தி கிழிக்க.அந்த கொடூரங்கள் மத்தியில் ஆரவாரம். அரசி பிறந்தாள் என்று. புறத் தோற்றம் புது விதம். அவளை ரத்த போதை என்றான் ஜோதிடன். அனைவருக்கும் மகிழ்ச்சி அவளுக்குக் கணவனாகப் போகிறவனைத் தவிர. அவள் வேறு யாரும் இல்லை. கொசுக்களின் இளவரசி.

மாலை மங்கும் நேரம் அவள் பயணம் தொடரும். அவள் சத்தம் கேட்டுப் பல கதவுகள் சாத்தும் சத்தம். உறக்கமும் இன்றி தவிப்போர் பலர். அவளால் இழந்த மனித உயிர்கள் பல. இப்படியே காலங்கள் கடந்தது. பிறகு மணம் முடித்தாள். அவன் சைவ பிரியன். அவள் அசைவம். அவன் தேன் சொட்டச் சொட்ட காதல் கொள்வான். அவள் இரத்தம் சொட்டச் சொட்ட ஆளைக் கொல்வாள்.

அவள் கொஞ்சம் கரடு முரடு தான். ஆனால் அவள், அவன் மீது ஆருயிர் காதலாய் இருப்பாள். அவள் சத்தம் அனைவருக்கும் எரிச்சல் தான். ரசிக்கும் ஒரே ஆள் அவன். பணம் கண்ணை மறைக்கும் நேரம் காதல் அவள் அகோர முகத்தை மறைத்தது. அவள் வெளியில் செல்லும் ஒவ்வொரு நொடியும் வயிற்றில் நெருப்பைக் கட்டிக் கொண்டு இருப்பான் என்ன ஆகுமென்று. இந்த அலை பாயும் காதல் வெகு நாள் இல்லை.

மனிதர்கள் அவளைக் கொல்ல திட்டம் தீட்டினர். அவள் கணவன் அவ்வளவு சொல்லியும் கேட்காமல் அன்று வெளியில் சென்றாள், அந்த ரத்த போதைக்கு அடிமையானவள். மீண்டும் திரும்பவில்லை. மனிதனின் சதியில் உயிர் துறந்தாள். துக்கம் நெஞ்சை அடைத்தது அவனுக்கு. நாட்கள் நகர நகரமெல்லமாக அவள் அறைக்கு நகர்ந்தான். ஒரு கடிதம் கண்டான்.

அதில் அவள் கணவனுக்காக என்று எழுதி இருந்தால். படிக்கத் தொடங்கினான். பெண்ணியம் பேசும் ஆண்கள் பல. அவர்களிடம் இரத்தம் கேட்கப் போகிறேன். பயப்படாதே. அவர்கள் பெண்களை மதிப்பவர்கள் என்னை ஒன்றும் செய்ய மாட்டார்கள். எதற்கு என்று கேட்க மாட்டாயா? சரி நானே சொல்கிறேன். உனக்கு ஒரு நற்செய்தி. நீ அப்பா ஆகப்

போகிறாய். அதைக் கொண்டாடத் தான் ரத்தம் வாங்கச் செல்கிறேன். காத்திரு விரைவில் வருவேன். அன்பு கணவனுக்கு அன்பு மனைவியின் பரிசு இது.

கடிதம் கண்டு திகைத்தான். ஒரு ஓரமாகக் கண்ணீர்த் துளி. பேச முடியவில்லை. திக்கித் திணறி நின்றான். எதற்குப் பயந்தானோ அது நடந்தது. உயிர் பிரிந்தது போன்று இருந்தது. இரு பெறுநர் முகவரியுடன் ஒரே கடிதம் எழுதினான். ஒன்று இறந்த மனைவிக்கும், மற்றொன்று பெண்ணியம் மறந்த மனிதனுக்கும்.

அக்கடிதத்தில் பெண்கள் தாக்கப்படுகிறார்கள். பெண்ணியம் பேசும் மனித ஆண்களுக்கு ஒரு வேண்டுகோள். நாங்கள் கொசு ஆனாலும் எங்களில் தாக்கப்படுவது பெண்களே. அதே சமயம் மனிதனில் பெண்ணியம் பேசும் நீ. எங்களிடமும் பெண்ணியம் பார். நாங்கள் கொத்தும் போது சற்று பொறுத்துக் கொள். கத்தும் போது காது கொடுத்துக் கேள். மரியாதை கொடு. நாங்கள் ஒன்றும் கேவலமான உயிரினம் இல்லை. சாக்கடையில் பிறந்தாலும் சாக்கடை உனக்குள்ளே தான் உள்ளது. இல்லையேல் போலியாகப் பெண்ணியம் பேசுவதை நிறுத்தி கொள். வெளியில் பெண்ணியம் பேசி, நடித்து மனித மிருகமாய் இருப்பதற்குப் பதில் முகத்திரையைக் கிழித்து மனிதனாகு.

தவறு ஒன்றும் இல்லை. கொசு ஆகிய எங்களுக்கே தெரியும் நீ எங்கள் பெண்களை அடிக்கும் ஒவ்வொரு நொடியும் நடிக்கிறாய் என்று. இதை வெளியில் சொல்வதற்குள் கொல்லப்படுகிறது எங்கள் கொசு இன பெண்களின் பெண்மை. சற்று யோசி யாருக்காக யாரை ஏமாற்றுகிறாய். பெண்ணியம் மனிதர்களுக்கு மட்டும் இல்லை மனித மிருகமே, மிருகங்களுக்கும் உண்டு.

விஜயம்.கிழ

பகுத்தறிவு

"ஏய் உஷா சீக்கிரம் ரெடி ஆகு...! டைம் இல்லை பிளைட் பிடிக்கனும்."

"டாடி வேர் வீ கோ...!"

"ஓ மை ஸ்வீட் ஹார்ட். வீ ஆர் கோன் இன் இந்தியா"

"யார் அங்கு இருக்கிறாங்க."

"உங்க பாட்டிப்பா..."

"ஓ ஐ சி..."

"லெட்ஸ் ஐ எஞ்சாய் அவர் டிரிப் டாடி..."

"உஷா போலாமா.."

"ம்ம்ம் போலாங்க..."

காலை 11 மணி அளவில்

இந்தியா...

சங்கிதா தனது மகன் மகேஷ், தனது மருமகள் உஷா மற்றும் பேரன் ஹர்னித். இவர்களை வரவேற்க ஏர்போர்ட் செல்கிறார்.

மூவரும் சென்னை ஏர்போர்ட் வந்து இறங்கினர்.

பேரன் ஹர்னித் ஆசையாக வந்து அவனது பாட்டியை கட்டி அனைத்தான். சங்கிதாவும் தனது 4 வயது பேரனை தூக்கி வைத்துக்கொண்டு கொஞ்சிக்கொண்டே காரில் ஏறி வீட்டிற்கு புறப்பட்டார்கள்.

செல்லும் வழியில் வரும் இயற்கை காட்சிகளை கண்டு ரசித்தபடி ஒரு ஆனந்த பார்வையில் சந்தோஷமாக வருகிறான்.

அப்போது அவன்.

கிராண்ட் மா...! கிராண்ட் மா...!

எஸ் சொல்லுடா தங்கம்...

வாட் ஸ் திஸ்...! சோ பியூட்புல்...

ஓ தட் ஸ் ஏ கோவில்...!

வாட் இஸ் மீன் பை கோவில் கிராண்ட் மா?

தட்ஸ் காட் வாழ்ற பிளேஸ்...

காட்?

எஸ் காட் இன் ஸ்டேச்யூ வாட் வி **ask** அது நம்மகிட்ட கொடுக்கும்...

இட்ஸ் ஸோ ப்பன்னி...

யூ ஆர் கிரேசி கிராண்ட் மா (சிரிக்க ஆரம்பித்தான்)

ஊம் வில் மேட் தட் டாய் கிராண்ட் மா..!

தட் இஸ் மேட் பை ஏ மேன்(மனிதன்)

அவர்கள் நால்வரும் அவர்கள் கிராமத்திற்கு செல்லும் வழியில் சந்தை ஒன்றில் இறங்கி பொருட்களை வாங்கி கொண்டு இருக்க...

கிராண்ட் மா..! கிராண்ட் மா....!

என்னடா தங்கம்...!

ஐ நீயிட் தட் டாய்.

இருப்பா ஐ பை தட்.

எப்பா எவ்வளவுப்பா அந்த பொம்மை.

இருநூறு ம்மா.

கொஞ்சம் பார்த்து சொல்லுப்பா.

சரிம்மா 190 கொடுத்துவிட்டு எடுத்துக்குமா.

இந்தா டா தங்கம்.

கிராண்ட் மா..! கிராண்ட் மா..!

என்னடா செல்லம்.

இப் ஐ ask திஸ் டாய் வாட் ஐ வான்ட் (எனக்கு என்னா வேண்டும் என்பதை கேட்டா) திஸ் வில் கிவ் (இது தருமா)?

இந்த மாதிரி நண்பா நம்மில் நிறைய பேர் பகுத்தறிவு தன்மை இல்லாமல் விதைக்கும் விதை குழந்தகளை ஒரு மதவாதியாக மாற்றுகிறதுஎவ்வளவு தான் நாம் படித்து இருந்தாலும் நம் மக்கள் பகுத்தறிவுடன் யோசிக்கும வரை இந்த ஹர்னித்தின் கேள்விகளுக்கு விடைத் தேடிக்கொண்டே இருக்க வேண்டியதுதான்...!

ஆம் மக்களே நாம் சிறிதளாவது சிந்தித்து செயல்பட வேண்டும்... இல்லாத பொருளுக்காக வீனாக நாம் சண்டை இடுவதும் பலியிடுவதும், கலவரத்தில் இடுபடுவதும் சமுதாயத்திற்க்கு நாம் செய்யும் மிகப்பெரிய துரோகமாகும்.

ஹார்னித் வடிவில் ஒரு சிறிய பெரியாரை கண்டேன். நம்ம பெரியார் இந்த மாதிரி பகுத்தறிவு தன்மையோடு இருந்ததால் தான் இன்னும் அவர் நம் மனதில் இருக்கிறார்...

அவர் தமிழ் கடவுள் இல்லை என்று கூறவில்லை. கல்லை மீது வைத்திருக்கும் மூடநம்பிக்கை தான் இல்லை என்று அவர் கூறினார். அதை தான் அவர் கடவுள் இல்லை என்றார்...!

உங்கள் செல்வா

காதலும் இயற்கையும்

காதலிலும் வாழ்க்கையிலும் ஒன்று சேர்ந்த ஒரு காதல் கதை. நமது காதல் கதை பற்றி பார்ப்பதற்கு முன் நமது கதையின் காதலர்கள் வசிக்கும் மாநகரம் பற்றி சில தகவல்களை தெரிந்து கொண்டு கதையின் உள்ளே போகலாம். நமது கதையின் காதலர்களின் மாநகரம் ஈரோடு தான். இந்த மாநகரம் மஞ்சள் மாநகரம் என்றும் நெசவு மாநகரம் என்றும் கைத்தறி மாநகரம் என்றும் பல பெயர்களை கொண்ட ஊர் இது. இது மட்டுமல்லாமல் தமிழகத்தின் மொத்த சந்தனத்தில் மூன்றில் ஒரு பங்கு நமது ஈரோட்டிலிருந்து தான் கிடைக்கிறது. இம்மாவட்டத்தில் காடுகள் நிறைந்து காணப்படுகிறது. தமிழ்நாட்டில் உள்ள வனக் பகுதிகளில் ஈரோடு வனப்பகுதியை மிகப் பெரியது. வனப்பகுதி நமது கதையின் ஒரு முக்கியமாக அங்கம் வகிக்கும் ஒரு இடம். சரி வாருங்கள் கதையின் நாயகர்களை பற்றி பார்க்கலாம்.

கதையின் நாயகன் பெயர் வருண். பார்ப்பதற்கு எளிமையானவன். பழகுவதற்கு மிகவும் வெள்ளந்தித்தனம் ஆனவன். அனைவரிடம் சிரித்துப் பழகும் குணம் கொண்டவன். வருண் தனது பெற்றோர்களுக்கு இரண்டாவது பையன். முதல் பையன் விவேக். ரெண்டு பேரும் சரியான வாலு பசங்க. அவங்க

இருக்கிற இடம் எப்பவுமே கலகலப்பா தான் இருக்கும். அதிலும் வருண் சேட்டைக்கு சொந்தக்காரன்.

ஆண்டு **2010** நமது வருண் பத்தாவது பொதுத்தேர்வு எழுதி தேர்வு முடிவுக்காக காத்துக் கொண்டிருக்கிறான். விவேக் முதலாம் ஆண்டு **B.C.A** கம்ப்யூட்டர் சயின்ஸ் ஈரோட்டில் உள்ள ஒரு கல்லூரியில் படித்துக் கொண்டிருக்கிறான்.

வருணுக்கு கணினியில் மீது அளப்பரிய காதல். அதனால் **2010** ஆம் ஆண்டு தனது பத்தாவது வகுப்பில் வெற்றி பெற்ற பிறகு தனது பதினோராவது வகுப்பை கம்ப்யூட்டர் சயின்ஸ் இருக்கும் குரூப்பாக தேர்ந்தெடுக்கிறான். பள்ளிப் படிப்பும் தொடங்கி நல்லவிதமாக போய்க்கொண்டிருக்கிறது. ஒரு மாதத்திற்கு பிறகு நித்தியா அதே பள்ளியில் வந்து சேருகிறாள். அட கதைக்குள்ள யாரோ புதுசா வந்து சேர்ந்து இருக்கானு பாக்குறீங்களா? வேற யாரு இவங்கதான் நம்ம கதையின் ஹீரோயின்.

ஹீரோ பத்தி தெரிஞ்சுக்கிட்டோம். கொஞ்சம் நம்ம ஹீரோயினையும் பத்தி தெரிஞ்சுக்குவோம். நித்தியா ஒரு அழகு தேவதை. பார்ப்பதற்கு மட்டுமல்ல பழகுவதற்கும். நல்ல இந்திய வெள்ளை நிறம். அமைதியான குணம் கொண்டவள். தனது பெற்றோருக்கு ஒரே பாசக்கார பொண்ணு. நித்தியாவின் சொந்த ஊர் கோபிசெட்டிபாளையம்.

இந்த ஊர் ஈரோட்டிலிருந்து **37** கிலோ மீட்டர் தொலைவில் உள்ளது. தனது தந்தையின் தொழிலுக்காக ஈரோடில் வந்து செட்டில் ஆகிறார்கள். நித்தியா தனது **11**ஆவது வகுப்பை வருண் படிக்கும் அதே பள்ளியில் தொடங்குகிறாள். வருண் அன்று அவளை முதல்முறையாக பள்ளி வளாகத்தில் வைத்து பார்க்கிறான். வருணுக்கு நித்தியாவை பார்த்தவுடன் மனதுக்குள் பட்டாம்பூச்சி பறக்குது. ஏண்டா? நம்ம நித்தியா **96** பட ஜானு மாதிரியால இருந்தா!

வேற பறக்காம இருக்கும்.! வருணுக்கு கணினியின் மேல் இருந்த காதல் நித்தியா என்ற கன்னியின் மேல் பட தொடங்கிவிட்டது. மதிய உணவு இடைவேளையும் முடிகிறது. பள்ளி வகுப்பும் ஆரம்பமாகிறது. முதல் வகுப்பு வருணுக்கு பிடிச்சா கம்ப்யூட்டர் கிளாஸ். நித்தியாவின் பெற்றோர்கள் அவள் அந்த பள்ளியில் சேர்வதற்கான அனைத்து வேலைகளையும் முடித்துவிட்டு அவளை வகுப்பறைக்கு கொண்டு சென்று விடுகன்றனர். எந்த வகுப்பறை என்று யோசிக்கிறீர்களா?

வேற நம்ம வருண் பிடிக்கும் அதே கம்ப்யூட்டர் சயின்ஸ் வகுப்பறை தான். கம்ப்யூட்டர் டீச்சர்.திவ்யா நித்தியாவை வரவேற்று வகுப்புறையில் அமர செய்கிறார். தனது வகுப்பறையில் நித்தியா கண்ட வருணின் மனது வானின் எல்லை தொடுக்கிறது.

வகுப்பறையில் வருண் செய்யும் குட்டி குட்டி சேட்டைகள் நித்தியாவின் கவனத்தை வருண் பக்கம் இழுக்கிறது. சில தினங்களுக்கு பிறகு வருணும், நித்தியாவும் நல்ல நண்பர்களாக மாறுகிறார்கள். பிறகு ஆண்டுகளும் ஓடுகிறது.

இவர்களின் நட்பும் வளர்கிறது. பள்ளிப்படிப்பு முடிகிறது. கல்லூரி படிப்பும் தொடங்குகிறது. நித்தியாவின் தந்தை நித்தியாவை கோபிசெட்டிபாளையத்தில் உள்ள ஒரு மகளிர் கல்லூரியில் கல்லூரி படிப்பிற்காக சேர்த்துவிடுகிறார். அவள் அத்தை வீட்டில் தங்கிப் படிப்பதற்கான அனைத்து வேலைகளையும் முடித்துவிட்டு ஊர் திரும்புகிறார். வருண் கல்லூரி படிப்பிற்காக ஈரோட்டில் உள்ள ஒரு கல்லூரியில் சேர்கிறான். வருணுக்கும் நித்தியாவிற்கு இரண்டு வருடங்களுக்கு பிறகு முதல் பிரிவு.

இந்த பிரிவு நித்தியா மீது வைத்திருந்த காதலை அவனுக்கு வெளிப்படுத்துகிறது. நித்தியாவும் வருண் மீது கொண்டது நட்பல்ல அது காதல் என்று உணர்கிறாள். நித்தியா தனது முதல் வார விடுமுறையில் பெற்றோரைக் காண ஈரோடு புறப்படுகிறாள். பேருந்தும் ஈரோடு நோக்கிப் புறப்படுகிறது. நித்தியாவின் நினைவுகள் வருணனை நோக்கி நகர்கிறது. பேருந்து ஈரோடை வந்தடைந்தவுடன் நித்தியாவின் கால்கள்

வருணை தேடி ஓடுகிறது. வருணை சந்தித்து தனது காதலை வெளிப்படுத்துகிறாள். வருணுகோ ஒரே நேரத்தில் இரட்டிப்பு சந்தோஷம். ஒன்று நித்தியாவை கண்டது மற்றொன்று தான் வெளிப்படுத்த வேண்டிய காதலை முதலில் அவளை வெளிப்படுத்தியது. இருவரும் ஆரத்தழுவி தங்கள் காதலை வெளிப்படுத்திக் கொண்டனர். நாட்களும் ஓடியது. ஆண்டுகளும் ஓடியது. இவர்களின் காதலும் வளர்ந்து வளர்ந்து ஆலமரமானது.

ஆண்டு 2015 வருணுக்கு பெங்களூரில் உள்ள ஒரு தனியார் நிறுவனத்தில் வேலைக்கு சேர்ந்தான். வருணின் அண்ணன் விவேக்கும் இதே ஊரில் நல்ல வேலையில் இருப்பதால் தங்களது பெற்றோர்களை பெங்களூர் அழைத்துவந்து குடியமர்த்தினார்கள். அதே நேரத்தில் நித்தியாவுக்கும் அவள் படித்த கல்லூரியில் ஆசிரியர் வேலை கிடைக்க அவளும் அந்த வேலைக்காக புறப்பட்டாள்.

இரண்டாவது பிரிவு:

பிறகு வார விடுமுறைகளில் இருவரும் ஈரோட்டை காதலராக வலம் வந்தார்கள். அந்த ஆண்டின் இறுதியில் வருணுக்கு துபாயில் உள்ள ஒரு தனியார் நிறுவனத்தில் வேலை கிடைத்தது.

மூன்றாவது முறை

காதலியை பிரிகின்ற வருணுக்கு இந்த முறை தொலைதூரப் பயணம். துபாயின் வாழ்க்கை நல்லவிதமாக அவனுக்கு ஓடிக்கொண்டிருக்கிறது. வருட விடுமுறையில் நாட்டுக்கு திரும்பினாலும் பெங்களூருக்கு வந்தவுடனே அடுத்த கணமே நித்தியாவை காணப் புறப்பட்டு ஓடிவிடுவான்.

2017 ஆம் ஆண்டு இருவரும் நல்ல வேலையில் இருப்பதால் தங்கள் காதலை பெற்றோரிடம் கூறி அனுமதி வாங்க வேண்டும் என்று யோசித்துக் கொண்டிருக்கும் வேளையில் இவர்களின் காதல் அவர்களின் வீட்டுக்கதவை தட்டித் திறக்க வைத்தது. முதலில் பெற்றோர்கள் மறுத்தாலும் குழந்தைகளின் விருப்பத்தைக் கருதி திருமணத்திற்கு ஒத்துக்கொண்டார்கள்.

மார்ச் மாதம் **31** ஆம் தேதி **2017** பெரியோர்களால் இருவருக்கும் நிச்சயதார்த்தம் நிச்சயிக்கப்படுகிறது. பள்ளி கூடத்தில் தொடங்கிய அவர்களின் காதல் திருமணம் வரை தொட இருப்பதால் வருணும், நித்தியாவும் சந்தோஷ கடலில் நீந்தினார்கள். தாங்கள் காதலிக்கும் நேரத்தில் சென்ற இடத்திற்கு எல்லாம் சென்று தங்களது நினைவுகளை மீட்டுக் கொண்டு இருந்தார்கள். அந்த நேரத்தில் அவர்களின்

வீட்டில் திருமணத்திற்கான நல்ல நாள் பார்த்து திருமண தேதியை முடிவு செய்தார்கள்.

நான்காவது பிரிவு:

திருமணம் தேதி முடிவான சந்தோசத்தில் மீண்டும் துபாய் நோக்கி பயணமானான். நாட்கள் ஓடியது. திருமண தேதியும் நெருங்கியது. வருண் தனது திருமண விடுமுறைக்காக அலுவலகத்தை அணுகும்போது வெறும் 22 நாட்கள் மட்டுமே விடுமுறை கிடைத்தது. இதனால் திருமணத்திற்கு இரண்டு நாட்களுக்கு முன்பாகவே இந்தியா வருவதற்கான பயணத்தை திட்டமிட்டு இருந்தான். அதன்படி நவம்பர் 22 ஆம் தேதி இந்தியா திரும்பினான்.

திருமணத்திற்கு இன்னும் இரண்டு தினங்களை இருந்தாலும் தனது திருமணத்திற்காக நண்பர்கள், உறவினர்கள் என்று அனைவரையும் நேரில் சென்று திருமண அழைப்பிதழ் கொடுத்தான். நித்தியாவும் தனது தோழிகள், உறவினர்கள் அனைவரையும் திருமணத்திற்கு அழைத்து கொண்டு வந்தாள்.

நவம்பர் 24 இருவரின் பெற்றோர்களும், அவர்களின் உறவினர்களும், நண்பர்களும் சூழ திருமணம் வெகு சிறப்பாக நடந்து முடிந்தது. இருவரும் திருமண வாழ்க்கை அடியெடுத்து வைத்தார்கள்.

முகநூலிலும் திருமண புகைப்படங்களை பறக்க விட்டார்கள். வருண் எப்போதும் எங்கு சென்றாலும் அந்த நிகழ்வுகளை முகநூலில் பதிவிறக்கம் செய்வதை மறப்பதே இல்லை. திருமணம் முடிந்து இரு வாரங்கள் ஓடியது. தனது காதல் மனைவியுடன் இன்ப சுற்றுலா எங்கு போலாம் என்று ஆலோசனையில் இறங்கினான். இருவரின் ஏகோபித்த முடிவின் அடிப்படையில் மூணார், கொச்சி மற்றும் ஆலப்புழா போன்ற பகுதிகளுக்கு போகலாம் என்று தீர்மானித்தார்.

துபாயிலிருந்து குறுகிய விடுமுறையில் வந்ததால் நேரங்கள் அனைத்தையும் நித்தியாவுடன் கழித்தான். இன்ப சுற்றுலா தொடங்கியதிலிருந்து முடியும் வரை அனைத்து நிகழ்வுகளும் முகநூலில் புகைப்படங்களாக பதிவிறக்கம் ஆகியது. வருணின் விடுமுறையும் முடியப்போகிறது. மீண்டும் துபாய் நோக்கி பயணம் ஆகவேண்டும். பயணத்திற்கு தேவையான அனைத்துப் பொருட்களையும் நித்தியா தயார் செய்தாள். சென்னை விமான நிலையம் வரை வந்து வருணை வழியும் அனுப்பினாள்.

ஐந்தாவது பிரிவு:

இந்த முறை மனைவி நிந்தியாவின் பிரிவை நினைத்து சோகத்துடன் பயணமான வருண் தொடர்ந்து

98 நாட்கள் பணியில் இருக்கிறான். வருண் இந்த நாட்களில் மனைவியை துபாய் அழைத்து வருவதற்கான அனைத்து வேலைகளையும் ஏற்பாடு செய்திருந்தான். தனது காதல் மனைவியை துபாயில் கூட்டி சுற்றுவதற்காக ஒரு புதிய காரையும் வாங்கியிருந்தான். இருவரும் தங்குவதற்கு ஒரு ஸ்டூடியோ பிளாட்டை வாடகைக்கு எடுத்திருந்தான்.

அவளை மார்ச் **28**-ஆம் தேதி துபாய்க்கு அழைத்து செல்ல திட்டமிட்டிருந்தான். அதற்கான முன் பணங்களையெல்லாம் கொடுத்துவிட்டு தனது நூறாவது திருமண நாளை மனைவியுடன் கொண்ட மார்ச் **1 2018** இந்தியா திரும்பினான். வருணுக்கும், நித்தியாவிற்கும் விதி நிர்ணயித்த வாழ்க்கை இதுவரையிலும் சந்தோசமாக கடந்தாலும், இனிவரும் காலங்களில் விதி ஏற்படுத்தும் மாற்றங்களை தெரியாமல் மார்ச் **3** ஆம் தேதி தங்களது **100**வது திருமண நாளை சந்தோசமாக கொண்டாடுகிறார்கள்.

இருவரும் கோயிலுக்கு சென்று விட்டு தங்களது மகிழ்ச்சி தருணங்களை முகநூலிலும் பகிர்கிறார்கள். வருணும், நித்தியாவும் தங்கள் **100** வது திருமண நாளைக் கொண்டாட வித்தியாசமான ஒரு இடத்திற்கு செல்லலாம் என்று முடிவெடுக்கிறார்கள். தங்களுடன் பள்ளியில் படித்த நண்பர்களை சேர்த்துக்கொண்டு மார்ச் **9** ஆம் தேதி தேனி மாவட்டத்தில் உள்ள கொழுக்கு

மலைக்கு பயணமாகிறார்கள். கதையின் தொடக்கத்தில் ஈரோடை பற்றி அறிந்தது போல் இந்த ஊரைப் பற்றி சில விஷயங்களை அறிந்துகொண்டு நமது கதையின் இறுதிக் கட்டங்களை தெரிந்து கொள்வோம்.

கொழுக்கு மலை என்பது கேரளாவின் இடுக்கி மாவட்டத்தின் எல்லையுடன், தமிழ்நாட்டின் தேனி மாவட்டத்தில் போடிநாயக்கனூர் தாலுக்காவில் உள்ள ஒரு மலை வாசத்தலம் ஆகும். அந்த மலைப்பகுதிக்கு அருகில் தான் குரங்கணி கிராமம் மற்றும் வனப்பகுதிகளும் காணப்படுகிறது. உலகின் மிக உயர்ந்த தேயிலை இங்குதான் வளர்க்கப்படுகிறது. மலையேற்றத்திற்கு பெயர் போன பகுதி. சரி வாங்க கதையைத் தொடர்வோம்.

மார்ச் 10 ஆம் தேதி வருண், நித்தியா மற்றும் அவர்களின் பள்ளிக்கூட நண்பர்களான செந்தில், கண்ணன் அவர்களுடன் இணைந்து ட்ரெக்கிங் செல்வதாக ஒரு செல்பி புகைப்படத்தை முகநூலில் பதிவிடுகிறன். அந்தப் புகைப்படத்தை தமிழ்நாடே திரும்பி பார்க்கப் போகிறது என்ற விதியின் விளையாட்டு அன்று அவனுக்கு அறியவில்லை.

ட்ரெக்கிங் என்பது மலையேறுதல். வருணும் நித்யாவும் தங்களது 100 வது திருமண நாளை வித்தியாசமாக கொண்டாட வேண்டுமென்று இந்த மலையேறுதல் தான் தீர்மானித்தார்கள். கொழுக்கு மலை

அடிவாரத்திலிருந்து அதன் சிகரத்தின் உயரம் கடல் மட்டத்திலிருந்து **7130** அடி இருக்கும். இந்த ட்ரெக்கிங் செல்பவர்கள் அதன் உயரத்தை அடைந்த உடன் அங்கு கிடைக்கும் விலை உயர்ந்த தேநீரை பருகுவதை இவர்களின் நோக்கம். வருணின் குழு ஈரோட்டிலிருந்து ஒரு டிரேவெல்லேர் நிறுவனத்தின் மூலம் வந்தான். இதேபோன்று சென்னையில் இருந்தும் ஒரு குழு வந்தது.

இரு குழுவும் இணைந்து மலையேறுவதற்கு தயாரானார்கள். மதிய உணவுகளை எல்லாம் எடுத்துக்கொண்டு **36** மலையேறிகளும் **3** வழிகாட்டியும் பயணத்தைத் தொடங்கினார்கள். வருணும் நித்தியாவும் பல கனவுகளுடன் மலையேற தொடங்கினார்கள். அழகிய இயற்கை காட்சிகள் சூழ்ந்து குளிர்ந்த காற்றுடன் காட்சிகளை ரசித்துக் கொண்டு குழு மலை ஏறி கொண்டே இருக்கிறது. மதிய உணவிற்காக ஒரு பகுதியைத் தேர்ந்தெடுத்து அங்கு முகாம் இடுகிறார்கள். தங்களுடன் கொண்டு வந்த மதிய உணவுகளை உன்ன தயாராகிக் கொண்டிருக்கும் நிலையில் யாருமே எதிர்பார்த்திராத அந்த நிகழ்வு நடந்தது.

இங்கு கொண்டுவந்த உணவுகள் ஒருவருக்கொருவர் பரிமாறிக்கொண்டு சிரிப்புடனும் சந்தோஷத்துடன் உணவுகளை உட்கொண்டிருக்கிறார்கள். அங்கு காட்டுத்தீ ஏற்பட்டு மளமளவென்று பரவிக்கொண்டிருக்கிறது. பரவிய தீ முகாம்யிட்டு

இருப்பவர்களை நோக்கி வந்து கொண்டிருந்தது. காற்றின் வேகத்தில் காட்டுத்தீ வேகமாக முகாமை நெருங்கியது. காட்டுத்தீயை கண்டவுடன் வருணும், நித்தியாவும் செய்வதறியாமல் திகைத்தனர். அங்கு இருந்தவர்களின் கூச்சல் சத்தமும், அழுகைச் சத்தமும் காட்டுத் தீயின் புகை சூழ இருந்தது. காட்டுத்தீ அவர்களை நாலாபுறமும் சுற்றிவளைத்தது.

வருண் நித்தியாவை கூட்டிக்கொண்டு இப்படியாவது அந்த தீயிலிருந்து தப்பித்து ஓட வேண்டும் என்று முற்பட்டுக் கொண்டிருந்தான். வருணின் நண்பன் கண்ணன் அந்தக் காட்டுத் தீயில் இருந்து தப்பித்து முதலில் வெளியேறினான். மற்றவர்கள் செய்வதறியாமல் மலைப்பகுதியில் ஓடி குழியிலும், பள்ளத்தாக்கிலும் தவறி விழுந்தனர். கண்ணன் ஓடிவந்து திரும்பிப் பார்க்கும்போது தன்னுடன் யாரும் வரவில்லை என்று தெரிகிறது. தானுடன் வந்த நண்பர்களை காப்பாற்ற வேண்டுமென்று மீண்டும் முகாமிட்ட பகுதியை நோக்கி ஓடினான்.

அந்த நேரத்தில் காட்டுத் தீ பரவுவதை கண்ட குரங்கனி கிராமத்து மக்களும், வன அதிகாரிகளும் தீயை அணைக்க முற்பட்டார்கள். கண்ணன் வருணையும், நித்தியாவையும் சந்தித்து தப்பிக்க முயற்சிக்கும் வேலையில் கண்ணனின் உடம்பில் தீப்பற்றியது. அவனை தொடர்ந்து வருணின்

உடம்பிலும், நிந்தியாவின் உடம்பிலும் பற்றியது. நண்பர்களை காப்பாற்ற வந்த கண்ணனை தீ பஸ்பமாக்கியது. வருணின் உடம்பில் பற்றி தீ அவனது உடைகளை முழுவதையும் எரித்து உடலையும் எரித்துக்கொண்டிருந்தது. அவனது காதல் மனைவி கண் முன்னே எரிந்து கொண்டிருப்பதை கண்டு யாராவது காப்பாற்றுங்கள்! காப்பாற்றுங்கள்! என்று கூச்சலிட்டான். குரங்கணி கிராம மக்கள் வந்து சுற்றியிருந்த தீயை அணைத்து நித்தியாவை மீட்டனர்.

வருணை சுற்றியிருந்த தீயை அணைத்தனர். வருண் அந்த வேலையை சுற்றியிருந்தவர்களை பார்த்து தண்ணீர்! தண்ணீர்! என்று கெஞ்சினான். அங்கு வந்த ஒருவர் அவனின் அந்த இறுதித் தருணத்தை வீடியோவாக வலைத்தளங்களில் பதிவிட்டார். அதைக் கண்டு தமிழக மக்களே கண்ணீர் வடித்தது. அந்த மக்கள் உதவுத்திற்குள் அவனின் இறுதி மூச்சாக அதுவே அமைந்தது. அந்த கிராம மக்கள் அனைவரையும் மீட்டு மருத்துவமனையில் அனுமதித்தார்கள். தமிழகத்தின் அனைத்து தொலைக்காட்சிகளும் வருண் இட்ட கடைசி முகநூல் பதிவை ஒளிபரப்பிக் கொண்டிருந்தது.

அதனைக் கண்ட வருணின் பெற்றோர்களும், நித்தியாவின் பெற்றோர்களும் தேனியை நோக்கி விரைந்தன. தேனி மாவட்டத்தில் உள்ள அரசு மருத்துவ கல்லூரி மருத்துவமனைக்கு சென்றனர். தனது காதல்

மனைவியுடன் பல கனவுகளுடன் சென்ற வருணின் எரிந்த உடலை கண்டு அவனின் பெற்றோர்கள் ரத்த கண்ணீர் வடித்தனர். நித்தியாவின் பெற்றோர்கள் நித்தியாவை மீட்டு மதுரை அரசு மருத்துவமனையில் அனுமதித்தார்கள். அடுத்த நாள் காலையில் கண் விழித்த நித்தியாவின் கண்கள் வருணை தேடிக் கொண்டு இருந்தது.

அவனின் மரணம் கூட தெரியாமல் அவளின் வாய் வருணின் பெயரை உச்சிரித்து கொண்டு இருந்தது. அவளின் உடலில் 70 சதவிகிதம் தீக்காயங்கள் இருந்தால் தொடர்ந்து சிகிச்சை அளிக்கப்பட்டது. ஆனால் உயிருக்கு போராடிய அவள் சிகிச்சை பலனின்றி உயிரிழந்தாள். இந்த காதல் ஜோடியின் இறுதி பிரிவாக அமைந்தது. இந்த கோர விபத்தில் வருணுடன் சென்றவர்களின் மேலும் 18 பேரின் உயிரையும் காவு வாங்கியது.

காதலிலும் வாழ்க்கையிலும் ஒன்று சேர்ந்த இந்த காதல் ஜோடி இறப்பிலும் ஒன்று சேர்ந்தது அவர்களின் விதியின் முடிவே..!!

சா.விஜயகுமார்
நெற்கட்டான்செவல்
திருநெல்வேலி

காதல் ஓய்வதில்லை

இது கற்பனை அல்ல, என் கனவு வாழ்க்கைக்கு நான் குடுத்த காதல் நினைவுகள் இதுவாகும். உன் நினைவுவரும் நேரத்தில் என் உயிர் அணுக்கள் எல்லாம் எதிர்பார்க்கிறது, கண்ணே உன்னைத்தான்.

அந்த நாளோ எனக்கு படுக்கையைவிட்டு எழ மனதே வரவில்லை. பிறகு நான் எழுந்து வந்து ஜன்னலின் திரையை விலகினேன். அப்போது நான் பார்த்த இயற்கை காட்சி மிகவும் சிறப்பாக இருந்தது. இது ஒரு அழகான காலை நேரம் என்று எனக்குள்ளே நான் சொல்லிக் கொண்டேன். நான் குளித்து ஆடையை அணிந்துவிட்டு வெளியில் வந்து பார்த்தேன்.

அப்போது மழை பொழிந்தது, எனக்கோ செம வெறுப்பு உண்டானது. கொஞ்சம் நேரம் மழை விட்டது. பின்பு, நான் செல்லலாம் என்று நடந்து வந்தேன். நான் செல்லும் வழி பார்க்கவே மிக அழகாக இருந்தது. ஏனென்றால், சில்லென்று அடித்த காற்று மற்றும் மழை நனைத்த இலை, பூ, பட்டமரத்தில் இருந்து வடிந்த மழைநீரை பார்த்தே! நான் உடல் மெய்சிலிர்த்தேன். நான் பாதி வழியில் வந்திருந்த இடையிலே மழை பொழிந்து என்னை நனைத்தது.

பிறகு, நான் நனைத்துகொண்டே ஓடி சென்று ஒரு இடத்தில் நின்று என் தலையை துவட்டிக் கொண்டேன். சிறிது நேரம் கழித்து என் நண்பர்களை எதிர்ச்சியாக சந்தித்தேன். அப்போது என் நண்பர்களுடன், நான் சிரித்தே உரையாடினேன்.

என்னோடு அவர்களோ நன்றாக பேசி கொண்டிருந்தார்கள். ஏனென்றால், அவர்களோ என்னுடைய கல்லூரி நண்பர்கள்தான். ஆனால், நாங்கள் கல்லூரி முடித்து இரண்டு வருடங்கள் ஆகிவிட்டது. பின்பு, கொஞ்ச கொஞ்சமாக மழை விட்டது. எனக்கு அவர்கள் கையசைத்து வழி அனுப்பி வைத்துவிட்டு அவரவரின் வீட்டுக்கு மழை விட்டவுடன் சென்றார்கள். நான் சாலையில் நடந்து கொண்டிருந்தேன். என் பாதை அருகே, ஒரு பெண் தேவதை போலவே என்னை கடந்து செல்வதை கண்டு நான் இன்பமென ரசித்தேன்.

அவள் செல்லும்போது என்னையே அறியாது, நான் அப்பெண்ணின் கண்ணை பார்த்தேன். அவளும் என்னை பார்த்து செல்வதை கண்டேன். என் மனதிலோ அளவில்லா ஆனந்தம் உண்டானது. அவள் கண்டு சென்ற பின்னர், இசைஞானி இளையராஜாவின் பாடலாகிய "என் இனிய பொன் நிலாவே, உன் அழகில் என் கனாவே" என்ற பாடல் என்காதில் கேட்டது.

அதை கேட்டதும் எனக்குள் அப்பெண்ணை பார்த்த மயக்கம், என் மனதில் வந்து வந்து சென்றது.

பிறகு என்னையே அறியாமல் நான் எனக்குள்ளே சிரித்து கொண்டிருந்தேன். அப்போதுதான் திடீரென்று, ஒரு வாகனம் என் அருகே வேகமாய் சென்றது. நான் சட்டென்று திரும்பி பார்த்தேன். பின்பு என்னை பார்த்த சென்ற அப்பெண்ணின்மீது வாகனம் மோதியது. அந்த வாகனம் நில்லாது சென்றான், நானோ ஓடி சென்று அவனை கத்தினேன். என்ன செய்வதென்று? தெரியாது நின்றேன்.

நான் இருந்த இடத்திலிருந்து சின்ன மருத்துவமனை இருந்தது. அவளை தூக்கிட்டு ஓடினேன். அங்கே அவளுக்கு முதலுதவி செய்யப்பட்டது. பிறகு, வேற மருத்துவமனைக்கு அவளை மாற்றினேன். அவள் கழுத்திலிருந்த அடையாள அட்டையை பார்த்தேன். அதிலுள்ள நபருக்கு அழைப்புவிடுத்து நடந்ததை சொன்னேன். அவள் என்னை பார்த்ததால் தான் அடிபட்டாலோ என்று எனக்குள் மனசு உறுத்தியது. அவள் சீக்கிரம் கண்முழிக்க வேண்டும் என்று எல்லா இறைவனையும் வேண்டினேன்.

நான் மருத்துவரிடம் அடிக்கடி அவரின் அறைக்குள் சென்று எப்போது அப்பெண் கண் விழிப்பாள்? என்று கேட்டறிந்தேன். அதற்கு

அவரோ கோவமுடன், நான் ஒன்றும் கடவுள் இல்லை தம்பி. அப்பெண் சீக்கிரம் கண்விழிக்க நானும் இறைவனை வேண்டுகிறேன் என்றார், மருத்துவர். இப்போது என்னை சாப்பிட விடு தம்பி என்று என்னைப் பார்த்து கைதூக்கி சொன்னார்.

பின்பு 24 மணிநேரம் கழித்து அவள் மெல்ல மெல்ல கண்ணை திறந்தாள். யாரென்று? அறியாத என்னை அவளுக்கு தெரியாது என்று நினைத்தேன். அவள் என்னிடம் கூறிய பதில் வியப்பில் ஆழ்த்தியது. அவளோ, உன்னை நான் பார்த்திருக்கிறேன் என்றாள். நான் உன்னை கடந்தபோதுதான் எனக்கு இந்த நிலைமை ஏற்பட்டது.

ஒருவேளை உன்னை பார்க்காமல் சென்றிருந்தால் எனக்கு நல்ல காதலன் கிடைத்திருக்கமாட்டான். நீ என்னை தூக்கி செல்லும்போது லேசான நினைவு எனக்கு இருந்தது. இதைவிட உன் வேண்டுதல் சத்தம் எனக்கு கேட்டது.

எனக்கு ஏற்பட்டதுக்கு நீ காரணம் இல்லை என்றாள். நீ சொல்வதை கேட்டால் எனக்கு ஆனந்தமாகவும் அழுகையாகவும் இருக்கிறது என்று கூறினேன். பிறகு அவளோ கொஞ்ச கொஞ்சமாக நலம் பெற்றாள். அவளை மருத்துவமனையில் இருந்து பக்குவமாக, அவளின் பெற்றோர் பார்த்து

கொண்டார்கள். என்னதான் இருந்தாலும் நான் வந்தாலே அவள் மிகவும் மகிழ்ச்சி அடைவாள்.

அது எனக்கும் மிக மகிழ்ச்சியுடன் இருந்தது.பின்பு சிறப்பான முறையில் நான் அவளிடம் என் காதலை கூறினேன்.நம்மின் காதல் அலை என்றும் ஓயாதிருக்க நீ சத்தியம் செய்வாயாயென கேட்டாள். உன்கண்ணை பார்த்து கேட்கிறேன், என்கண்ணில் பொய் தெரிகிறதா சொல் என அவளிடம் கேட்டேன். இல்லை என கத்தியவாறே என்னை அவளோடு அணைத்து கொண்டாள்.

இந்தகாதலென்றும் ஓயாது,

பல நன்றிகளுடன்..

கவியோகேஷ்

சாரல் மழை பயிர்கள்

ஒரு பிரபலமான ஒளியலை வரிசையில் எட்டு மணி செய்திகள் ஓடிக்கொண்டிருந்தது. அதில் "குற்றாலத்தில் சாரல் மழை தொடங்கிவிட்டது. எனவே மக்கள் குற்றாலா அருவிகளில் குளித்து, மகிழ்ந்து வருகிறார்கள். மேலும் மலைத் தொடர்ச்சி பகுதிகளில் உள்ள தேனி போன்ற மாவட்டங்களிலும், சாரல் மழை காரணமாக விவசாயத்திற்குப் போதுமான நீர் வரத்து கிடைத்து உள்ளதாகவும், விவசாயிகள் மகிழ்ச்சி தெரிவித்துள்ளனர் " என்று செய்தி வாசிப்பாளர் வாசித்து முடிக்க,

"அக்கா நாம கூட ஒரு வகையில சாரல் மழையில உற்பத்தி ஆகற அருவி மாதிரியும், வளர்கின்ற பயிர்கள் மாதிரியும் தானே...!" என்றாள் அமுதா கவிதாவிடம்.

"ஏன்டி அப்படிச் சொல்லற? எனக்கு ஒன்னும் புரியலையே" என்றாள் கவிதா அமுதாவிடம்.

"இல்ல அக்கா.. இன்னைக்குத் தான் டீச்சர் பாடம் நடத்தும் போது சொல்லிக் கொடுத்தாங்க; சாரல் மழை எப்படி வருகிறது என்று... அதனால தான் அப்படிச் சொன்னேன்" என்றாள் அமுதா.

"எப்படி உற்பத்தி ஆகுது? நான் படிக்கவே இல்லையே..!" என்றாள் கவிதா.

"வேற ஒரு இடத்துல பொழிகின்ற மழையைக் காற்று தன்னோட திசை மாற்றத்தாலையோ. இல்ல மலைகள் அந்த மழைய தடுக்கறதாலையோ தான், உண்மையாவே மழை பொழியக் கூடிய இடத்துக்கு அருகில் இருக்கிற இடங்களுக்கு அந்த உண்மையான மழை, சாரல் மழையா கிடைக்குதாம்! அதாவது இலவசமா; ஓசியில கிடைக்கற மாதிரி... நமக்குக் கிடைக்கிற சாப்பாடு, துணி-மணி, ஏன் படிப்பு, இருக்கும் இடம், இது மாதிரி...! அப்போ நான் சொன்னது சரிதான அக்கா?" என்றாள் ஆழ்ந்த அர்த்தத்தோடு எட்டாம் வகுப்பு படிக்கும் அமுதா பத்தாம் வகுப்பு படிக்கும் கவிதாவிடம்.

"ம்ம்ம்... நீ சொல்லறதும் சரிதான். எப்ப அவங்களுக்கு வேணாம் என்று நினைக்கிறார்களோ, அப்போ நமக்குத் தருவாங்க. அப்படி இல்லனா... எப்ப அவங்ககிட்ட ஒன்னு அதிகமா இருக்கு என்று நினைக்கிறார்களோ அப்பவும் அத நமக்குத் தருவாங்க. ஒரு சிலர் புண்ணியமா போகட்டும் என்று எண்ணி தருவாங்க. எப்படிப் பார்த்தாலும், அது எதுவும் நமக்காக உருவாக்கப்பட்டது இல்லல்ல! அந்த இடத்துக்கே உரிய மழை மாதிரி. மலை தடுத்தோ, காற்று திசைமாறியோ கிடைக்கற சாரல் மழை தானே நம் தேவையின் பூர்த்திகள்...! அப்படிப் பார்த்தா நீ சொல்லறதும் சரிதான்!" என்று ஒப்புக் கொண்டாள் கவிதாவும் அமுதாவின் கூற்றை.

"கவிதா, அமுதா அங்க என்ன பேச்சு? சாப்படாம கூடப் பேசிக்கிட்டே இருங்க. சீக்கிரம் சாப்பிடுங்க. டைம் ஆகுது இல்ல. மத்த குழந்தைகள் மாதிரி இருக்கவே மாட்டீர்களா?" என்று அதட்டிவிட்டு சென்றார் அந்த இல்லத்தின் தலைவி திருமதி.குமாரி.

ஆம் கவிதாவும், அமுதாவும் இருப்பது ஓர் அனாதை இல்லத்தில். இப்பொழுது புரிகிறதா? சாரல் மழையில் வாழும், வளரும் பயிர்களின் ஏக்கம்.!?!

சாரல்...
மழை கூடச் சுகமே!
பாலை நிலத்தின்
பரிதவிப்பின் முன்!

கற்பனையும், எழுத்தும்,

வ.ஜோதி

ஆலங்குளத்து மீனாட்சியும் அவளது கேள்வியும்

ஒரு ஆலங்குளம் எனும் ஊரில் சின்ன வீடு ஒன்று இருந்தது. அதில் நம்ம மீனாட்சி, அவளோட தாத்தா, பாட்டி கூட மகிழ்ச்சியான வாழ்க்கையை வாழ்ந்துகிட்டு இருந்தாள். அவளுக்கு சிறு வயதாக இருக்கும் போதே அப்பாவும் அம்மாவும் குண்டு வெடிப்புல இறந்து போயட்டாங்க. தாத்தா பாட்டி தான் அம்மா அப்பா மாதிரி அன்பையும் அரவணைப்பையும் கொட்டி வளர்த்து வந்தாங்க. பார்ப்பதற்கு அழகாக இருப்பாள். அவளுக்கு திருமண வயதும் வந்தது. வீட்டில் மாப்பிள்ளை பார்க்க ஆரம்பிச்சாங்க. ஒருநாள் பெண் பார்க்கும் விழாவும் நடந்தது.

"மாப்பிள்ளைக்கும் பொண்ணுக்கும் பிடித்துப் போச்சு பின்ன என்ன தட்டை மாத்திக் கொள்ள வேண்டியது தானே" என்ற சத்தம் கேட்டது. அதற்கு மாப்பிள்ளையின் தாயார் "சற்றுப் பொறுங்கள் இன்னும் பேசவே ஆரம்பிக்கவில்லை அதற்குள் என்ன அவசரம்" என்று கூறி விட்டு மீனாட்சியின் தாத்தா பாட்டியைப் பார்த்து பொண்ணுக்கு என்ன போடுவீர்கள் என்று நீங்கள் சொல்லவே இல்லையே என்று கேட்டதோடு மட்டும் இல்லாமல் மாப்பிள்ளைக்கு மகிழுந்தும் வேண்டும் என்று கட்டளை இட்டார்.

மீனாட்சியின் வீடு அவ்ளோ பெரிய பணக்காரக் குடும்பம் இல்லை என்பதால் தங்களால் இதைச் செய்தல் கடினம் என கூறி விட்டனர். மாப்பிள்ளை வீட்டாரும் தங்களுக்கு இது ஒத்து வராது என்று கூறி கை விரித்து விட்டனர். இவ்வாறாக ஒவ்வொரு முறையும் குனிந்த தலை நிமிராமல் காபிக் குவளையை அனைவருக்கும் நீட்டி சந்தையில் பேரம் பேசும் அடி மாடுகள் போல மீனாட்சியைப் பார்த்து விட்டு வேண்டாம் என்று பல மாப்பிள்ளை வீட்டார் தட்டிக் கழித்து விட்டனர். ஒருநாள் அவளது ஆதங்கம் அவளையும் மீறி எரிமலை போல் வெடித்துச் சிதறியது...

“ஒவ்வொரு மாப்பிள்ளையின் தாயாரும் ஒரு பொண்ணாய் இருந்து தானே மாமியாராய் மாறி இருப்பீர்கள் அப்போது உங்கள் தந்தை பட்ட கஷ்டத்தை ஏன் மற்றொரு பெண்ணின் தந்தையும் பட வேண்டும் என்று ஆசை கொள்கிறீர்கள்?” என அங்குள்ள சபையோரைப் பார்த்து உரக்கக் கேள்வி கேட்டாள் நம்ம மீனாட்சி...

அங்குள்ள ஒருவராலும் விடை கூற முடியாமல் திணறிப் போய்விட்டனர்!"

சி.ரமாதேவி

முழுக்கை சட்டை

என்ன பொன்னம்மா, உன் மகன் முழுக்கை சட்டை போட்டு இருக்கான். இன்னைக்காவது நல்ல சேதி சொல்வானா?

கடவுளுக்குத்தான் தெரியும் அண்ணா. கடனெல்லாம் வாங்கி படிக்க வச்சேன். அவனுக்கு நல்ல வேலை கிடைச்சுட்டா போதுமுன்னு. எங்க நேரம் ஒரு வேலையும் கிடைக்க மாட்டேங்குது...

ஓ இன்னும் கடன் வேற இருக்கா? இம்புட்டு நாளா சொல்லலையே தங்கச்சி. உன் மகனுக்கு வேலை இல்ல. கடன் வேற இருக்குது. இதுல ஒரு பொட்ட புள்ள வேற. வீடு காடு எதுவும் இல்ல. என்ன தான் பண்ணலாம்னு இருக்கிறீங்க?

வயித்துப் பொழப்புக்கு கடன் வாங்காத நாங்க காலேஜ் படிப்புக்கு கடன் வாங்குனோம். எதிர்காலத்தில யாருகிட்டயும் என் பையன் வயித்துப் பொழப்புக்கு கடன் வாங்கி கூட கூடாதுன்னு

இப்படியே போன ஒன்னும் பண்ண முடியாது... உன் மகனுக்கு இன்னைக்கு வேலை கிடைச்சா தான் அவன்

என் மருமகன். இல்லனா என் பொண்ண வேற இடத்துல கொடுத்துடுவேன் அப்புறம் ஏதும் சலிச்சிக்க வேணாம்.

அட என்ன இப்படி சொல்லிபுட்ட அவங்க ரெண்டு பேரும் ஒருத்தரை ஒருத்தர் மனசார விரும்புறாங்கனு தெரிஞ்சும்.

இதோ பாரு தங்கச்சி நான் புள்ளைய கஷ்டம் தெரியாம வளர்த்து இருக்கேன்... உன் வீட்ல என் பொண்ண கொடுத்துட்டா, என் பொண்ணு காலமுள்ள நாள் வரைக்கும் கஷ்டபப்பட்டு தான் இருக்கணும்.

அண்ணா... நீ என் இரத்தம். நீயே இப்படி நினைச்ச மத்தவங்க என்ன என்ன நினைப்பாங்க.

சொல்றதை சொல்லிட்டேன் தங்கச்சி இனி முடிவு உங்க கைல தான் இருக்குது... மாத்தி போட கூட துணி இல்ல உன் பையன் கிட்ட. காலேஜ் க்கு யூனிபார்ம் அப்படின்றதால தப்பிச்சிங்க. இல்லன்னா அதுவும் கடன் வாங்கி தான் வாங்கி இருப்பீங்க

ஒரே ஒரு முழுக்கை சட்டை, அதேதான் எல்லா இன்டர்வியூ கும். என்ன பொழப்பு பொழைக்கிறீங்கனு

தெரியல.. உன்னை இங்க கல்யாணம் பண்ணிக் கொடுக்கும்போது சீரும் சிறப்புமாக தான் கொடுத்தோம் உனக்கு ஒரு குறையும் வைக்கல... இப்போ உன் நிலமை இப்படி இருக்கு. உன் பையன் முழுக்கை சட்டை போட்டு இருக்கான். பார்ப்போம் என்ன சொல்றான்னு... சரி எனக்கு நேரம் ஆகுது நான் போயிட்டு வரேன் தங்கச்சி

அண்ணே தயவுசெஞ்சி என்ன தங்கச்சின்னு சொல்லாத. போயிட்டு வா (கலங்கிய கண்களோடு தன் அண்ணனிடம் சொல்கிறாள் பொன்னம்மா)

இதோ பாரு பொன்னம்மா, அழுது காரியம் சாதிக்க நினைக்காத அது நடக்காது. நான் வரேன்

முகத்தை திருப்பிக் கொண்டாள் பொன்னம்மா அண்ணனும் திரும்பிப் பார்க்காமல் புல்லட்டில் கிளம்புகிறான்

பக்கத்து வீட்டிற்கு வேகமாக சென்று அக்கா அக்கா ராஜாவுக்கு ஒரு போன் பண்ணனும் பண்ணி தாங்க.

செத்த நில்லு பொன்னம்மா. வந்ததும் கொடுக்கிறதுக்கு நீ என்கிட்ட கொடுத்து வைச்சிருக்கிறாயா. கொஞ்சம் பொறுமையா இரு வரேன்..

சரிக்கா..

இதற்கு பிறகு வாங்கி பேச மனமில்லை ஆனால் பேசியாக வேண்டும் என்று கட்டாயத்தின் பேரில் வாங்கி பேசுகிறாள்

ஹலோ ராஜா... ராஜா... வேலை கிடைச்சிருச்சா? கட் பண்ணி போடு ராஜா

மா போன்ல காசு இல்ல மா.

சரி ராஜா முழுக்கை சட்டை போட்டது என்ன ஆச்சு

இன்னிக்கும் வேலை கிடைக்கிற மாதிரி தெரியல மா நான் வந்து பேசுறேன்

சரி ராஜா

(சோகமாக போனை கொடுத்துவிட்டு கிளம்புகிறாள் பொன்னம்மா)

என்ன பொன்னம்மா முழுக்கை சட்டை போட்டது இன்னிக்கும் வேஸ்ட் ஆயிடுச்சு?

அப்படித்தான் நினைக்கிறேன் கா சரி நான் வரேன்.(சோகமாக வீட்டிற்கு செல்கிறாள்)

அம்மா அண்ணன் என்ன சொல்லுச்சு எப்பவும் போல சந்தேகம்தான் போல கண்ணகி. அப்போ இந்த பிறந்தநாளுக்கும் புதுத்துணி கிடைக்காதம்மா(முகம் சுருங்கி)

நான்கு மணி நேரத்திற்கு பிறகு

அம்மா, கண்ணகி எனக்கு வேலை கிடைக்கல (முழுக்கை சட்டையை கழட்டி கொண்டு சொல்கிறேன்) இந்தா சட்டையைத் பத்திரமாக வை... எலி கடிச்சிட போகுது.

சரி ராஜா வேலை என்னதான்டா ஆச்சு... இன்னைக்கு உனக்கு வேலை கிடைச்சிடும் அப்படின்னு இருந்தேன்... உன் மாமா அதான் என் அண்ணன் வந்து சத்தம் போட்டுட்டு போனான்

என்ன சொன்னுச்சு மாமா

உனக்கு இன்னிக்கு வேலை கிடைக்கல அப்படின்னா.. நான் பொண்ணு தர மாட்டேன்னு சொல்லிட்டு போயிடுச்சு.

அப்படியா மா சொன்னுச்சு

ஆமாண்டா ராஜா

நான் என்னம்மா பண்றது., இன்னைக்கு எனக்கு வேலை கிடைச்சிடுமுனு தான் இருந்தேன். நான் இன்டர்வியூ போற வழியில ஒருத்தருடைய கார் ரிப்பேர் ஆயிடுச்சு மா கைகாட்டி நான் ஒரு இன்டர்வியூக்கு போகணும் லிப்ட் கிடைக்குமா கேட்டாங்க நானும் கூட்டிட்டு போனேன்...

ரெண்டு பேர் போனதும் ஒரே இன்டர்வியூ ரெண்டு பேரோட **Resume** ம் ஒரே மாதிரி இருந்ததும்மா. நான் படிச்ச படிப்பை தான் அந்த பையனும் படிச்சி இருக்கான்.. ஆனா அந்த பையனோட அப்பாவும் அந்த கம்பெனியோட **Manger** ம் பால்ய காலத்தில் இருந்து நண்பர்களா இருக்கிறதா அந்த பையன்

சொன்னான்.அப்பவே தெரிஞ்சு போச்சும்மா. இந்த இன்டர்வியூ அட்டென்ட் பண்ணுனாலும் வேலை கிடைக்காதுன்னு. அந்தப் பையனை விட்டுட்டு சொல்லாமலேயே வந்துட்டேன். **Interview attend** பண்ணல அம்மா.

ஏண்டா இப்படி பண்ண உன் வாழ்க்கையே போயிடுச்சு. உன் மாமன் பொண்ணு தர மாட்டேன்னு சொல்லிட்டான். உன் தங்கச்சிக்கும் ஒரு நல்ல இடத்துல கல்யாணம் பண்ண முடியாது

அம்மா நல்லது தான் நெனச்சேன். எனக்கு நடக்கிறது எல்லாம் இப்படி நடக்குது. மாமன் பொண்ண நான் மனசார விரும்புனது உண்மைதான். ஆனா எனக்கு வேணாம். நம்ம வீட்ல வந்து அவளால இருக்க முடியாது. அவ நல்லா இருக்கட்டும்.

(அடுத்த நாள் காலை)

ரிங் ரிங் (போன் அடிக்கிறது)

ஹலோ யார் பேசுறீங்க

ஹலோ

நாங்க **Microsoft** கம்பெனியில இருந்து பேசுறோம். நேற்று இன்டர்வியூ இருந்துச்சு ஆனா நீங்க வரல உங்களுடைய **resume** உங்க நண்பர் குடுத்தாங்க. ஒரே ஒரு இடம் மட்டும் தான் இருக்குது. அவர் உங்களுக்காக இந்த வாய்ப்பு கொடுக்க சொல்லிட்டாரு சார்.

என்ன **Mam** சொல்றீங்க. என்னால நம்ப முடியல. அப்போ எனக்கு வேலை உறுதி ஆயிடுச்சு?

ஆமாம் சார், அப்பாயின்மென்ட் லெட்டரும் ரெடி ஆயிடுச்சு. எப்ப வந்து **join** பண்ணிக்கிறீங்க

மேடம் இன்னைக்கே **join** பண்ணிக்கிறேன். அந்த பிரண்டு போன் நம்பர் குடுங்க மேம்.

சாரி சார் அவருடைய **Details** ஏதும் இங்க இல்ல.

ஓ ஓகே மேம்.

அம்மா... முழுக்கை சட்டை எடு..

ஏன்டா இன்னிக்கும் வேலை தேடி போறியா? அம்மா நான் வேலை தேடி போகல வேலைக்கு போறேன்.

எப்படி ராஜா அதான் உனக்கு வேலை கிடைக்கலையா.

கடவுள் கைவிடல அம்மா. எதிர்பாராத நேரத்துல அந்த பையனுக்கு உதவி செஞ்சேன் இல்ல. அவன் தான் அம்மா வேலை கிடைக்க காரணம்

சந்தோஷமா இரு மா. நான் வரேன்.

முழுக்கை சட்டையோடு முதல் நாள் வேலையை ஆரம்பிக்கிறான்

Ruby.S

விவசாய நட்பின் ஒற்றுமை

ஒரு அழகான இயற்கை வனப்புகள் சூழ்ந்த விவசாய பூமியான பூமங்கை கிராமம். அக்கிராமத்தில் பாண்டி, செல்வன் என இரு விவசாயத் தோழர்கள் தங்கள் குடும்பத்தோடு வாழ்ந்து வந்தனர். விவசாயமே வாழ்வாதாரமாக கொண்ட இவர்கள் விவசாயம் மட்டுமே செய்து வந்தார்கள். திடீரென பருவநிலை மாற்றம் காரணமாக தேவையான அளவு மழை சரியாக பெய்யவில்லை. ஆகையால் அருகில் கிணறு வைத்துள்ளவரின் சிறிய உதவியோடு பணம் கொடுத்து நீர் பெற்று பயிருக்கு பயன்படுத்தியும், மேலும் மீதமுள்ள நாட்கள் மழையையும் சார்ந்து விவசாயம் செய்ய வேண்டும்.

இந்த நிலையில் எந்த பயிரினை விதைக்கலாம் என்று குழப்பம் ஏற்பட்டது. பாண்டியும் செல்வனும் எப்போதும் எந்த சூழ்நிலையிலும் கலந்து ஆலோசித்து முடிவு எடுக்கும் பழக்கம் கொண்டவர்கள். எனவே இந்த சூழலில் பாண்டியின் மனைவி எல் பயிரிடலாம் என்று யோசனை உரைக்க பாண்டியும் அதே சிந்தனையிலேயே செல்வனை பார்க்க செல்கிறான். இருவரும் வேப்பமர நிழலில் அமர்ந்து செல்வன் பாண்டியிடம் பருத்தி, ஆமணக்கு, எல் என இந்த வகை பயிர்களை குறைந்த

நீர் உள்ள சூழலில் விதைக்கலாம்.தற்போதைய சூழலில் எந்த பயிரை நாம் விதைப்போம் என்று கூறு என்கிறான். உடனே பாண்டி எல் பயிரிடலாமே என்று கூறுகிறான். அதற்கு செல்வனோ "எல் என்பது விதைத்து, அதனை வளர்த்து, அறுவடைசெய்து, பக்குவமாய் வைத்து பின் பலன் பெற வேண்டும். ஒரு முறை மட்டுமே பலன் தரும். ஆனால், பருத்தியை நாம் பயிர் செய்தால் நீரும் பெரிதாக தேவையில்லை; மேலும் நாம் பருத்தி பஞ்சை மட்டும் எடுத்து நெடுநாட்கள் பயன் பெறலாம்" என்று பாண்டியிடம் தெளிவாக விளக்கம் கூறுகிறான். சரியாக கூறினாய் தோழா நாம் இணைந்து ஆலோசனை செய்ததால் நன்றாக தீர்வு கிடைத்துவிட்டது. நாம் பருத்தி பயிர் செய்தால் கடனும் அடையும் அதே நேரம் சிறு பணமும் சேமிக்கலாம், சரிதானே செல்வா என்றான் பாண்டி. ஆமாம் பாண்டி பருத்தி விவசாயம் செய்வோம் என்று செல்வனும் கூற இருவரும் இணைந்து நல்ல தீர்வோடு வீடு திரும்பினார்கள்.

"தோள் கொடுப்பான் தோழன்"

நீதி கரு:

"ஆராய்ந்து முடிவெடு; காலத்திற்கு ஏற்ற செயல் செய்"

ம.சுதா

கடைசி ஆசை

“பயணிகளின் கனிவான கவனத்திற்கு திருச்சியிலிருந்து சென்னைக்கு செல்லும் சென்னை எக்ஸ்ப்பிரஸ் இன்னும் சற்றுநேரத்தில் புறப்படவுள்ளது" என்னும் அறிவிப்பை கேட்டவுடன் பயணச்சீட்டு வாங்கிக்கொண்டிருந்த 40 வயது இளைஞர் ஒருவர் அந்த ரயிலை நோக்கி விரைந்து சென்று ரயிலில் ஏறினார்.

அவர் அமர்வதற்கு இடமேதும் இன்றி ரயில் முழுவது மக்கள் கூட்டம் நிறைந்து காணப்பட்டாத்து. உட்கார இடம்தேடிக்கொண்டிருந்த வேலையில் ரயில் வண்டி மெதுவாக நகரத் தொடங்கியது. வேறு வழியின்றி நின்று கொண்டு பயணம் செய்தார். அப்போது ரயில் சிறிது தூரம் கடந்ததும் அவர்மீது இரக்கம் கொண்ட 65 வயது முதியவர் ஒருவர் தான் அமர்ந்திருக்கும் இருக்கையில் சிறிதளவு இடம் கொடுத்தார். அந்த முதியவருடன் அவரது மனைவி, மகள் மற்றும் பேத்தி பயணம் செய்து கொண்டிருந்தனர்.

சிறிது தூரம் கடந்ததும் "கீச்செயின் கீச்செயின்"" என்று ஒருவர்" ரயிலில் கீச்செயின் விற்று கொண்டு இவர்களின் இருக்கையை நோக்கி வந்தார். அவர் வைத்திருந்த பொம்மை கீச்செயினை பார்த்து முதியவரின் பேத்தி தனக்கு ஸ்பைடர்மேன் பொம்மை கொண்டிருந்த கீச்செயினை தனக்கு வாங்கித்தருமாறு

அடம்பிடித்தது. தனக்கு கீச்செயின் வாங்கித்தர மறுத்ததால் அச்சிறுமி ஓயாமால் அடம்பிடித்து கூச்சலிட்டுக் கொண்டிருந்தாள். அச்சிறுமியின் கூச்சலை தனிக்கதான் அந்த ஸ்பைடர் மேன் பொம்மையை கொண்ட கீச்செயினை வாங்கி தருவதாகவும் அந்த கீச்செயின் விற்ப்பவர் திரும்பி வரும்வரை அமைதியாக இருக்க வேண்டும் எனவும் அருகில் அமர்ந்திருந்த 40 வயது இளைஞர் அச்சிறுமியை சமாதானம் செய்தார்.

அதை கேட்ட சிறுமி புன்னகை பூத்துக்கொண்டே அந்த இளைஞரிடம் பேச ஆரமித்தாள். இருவருக்கும் இடையே உரையாடல் தொடர்ந்து நிலவிக்கொண்டிருந்து. நெருங்கிய நண்பர்கள் நீண்ட நாளுக்கு பிறகு சந்தித்து போல் இருந்தது அவர்களின் உரையாடல். உரையாடல் தொடர்ந்து நிகழ இடைவேளையாக அச்சிறுமியின் குடும்பத்தினர் வீட்டிலிருந்து கொண்டு வந்த உணவுப் பொட்டலத்தை பிரித்து உண்ண தொடங்கினர். அச்சிறுமி தன் பொடலத்திலிருந்து சிறிதளவு உணவை அந்த இளைஞருக்கு கொடுக்க அந்த இளைஞரின் மறுப்புக்கும் பின்னும் சிறுமியின் வற்புறுத்தலுக்குப் பின்னும் அச்சிறிதளவு உணவை உண்ணத் தொடங்கினார்.

இருவருக்கும் இடையேயான உரையாடல் உணவு இடைவேளைக்கு பின் மறுபடியும் தொடங்கியது. இருவரும் பேசி சிரித்து விளையாடிக் கொண்டே

தங்களின் ரயில் பயணத்தை கழித்து கொண்டிருந்தர். ரயிலும் விரைந்து பாதைகளை கடந்து. இவ்வாறு செல்ல ஒரு வழியாக சுமார் மாலை ஆறு மணியளவில் சென்னை ரயில் நிலையம் வந்தடைந்தனர். திருச்சியிலிருந்து சுமார் எழு மணி நேர பயணம் அது. பயணியகள் அனைவரும் தங்களின் உடமைகளை எடுத்துக்கொண்டு கீழே இறங்கினர்.

அப்பொழுது அச்சிறுமி அந்த இளைஞரிடம் தான் வாங்கித்தருவதாக கூறிய கீச்செமயின் பற்றி கேட்க "சீச்செயின் உன் வீட்டுக்கு வந்து சேரும் நீ நன்றாக படி" என்று சொல்லிவிட்டு அந்த இளைஞர் அங்கிருந்து நகர்ந்துவிட்டார். சுமார் ஒரு மணி நேரம் கழித்து அந்த ரயிலில் இருந்த வெடிகுண்டு மிகுந்த சத்தத்துடனும் சேதத்துடனும் வெடித்து சிதறியது. ரயில் நிலையம் முழுவதும் நெருப்பின் புகை சூழ்ந்து மக்களின் அழுகுரல்களும் களப்பணியாளர்களின் ஆரவாரமுமாய் காணப்பட்டது.

காவல் அதிகாரிகளின் பல நாள் விசாரனைக்கும் தேடல்களுக்கும் பலனாய் ஒருநாள் ரயிலில் வெடிகுண்டு வைத்து குற்றவாளி பிடிப்பாட்டான். குண்டு வெடிப்பால் இருபது பேர் உயிர் இழந்ததர்காகவும் மேலும் ஐம்பதுக்கும் மேற்பட்டோர் உடல் காயமடைந்ததற்காகவும் உச்சநீதிமன்றம் அந்த குற்றவாளிக்கு தூக்கு தண்டனை விதித்து தீர்ப்பளித்தது.

உச்சநீதிமன்றம் தீர்ப்பின்படி குற்றவாளியை தூக்கிலிடும் நாளும் வந்தது. குற்றவாளியை தூக்கிலிடும்முன் அங்கிருந்த அதிகாரிகள் "உன்னுடைய கடைசி ஆசை என்ன?" என்று கேட்டனர் அதற்கு அந்த குற்றவாளி தனக்கு ஒரு ஸ்பைடர்மேன் பொம்மை கொண்ட கீச்செயினும், ஒரு காகிதமும், மற்றும் ஒரு பேனாவும் வேண்டும் என்று கேட்டான் அவன் கோரிக்கையின் படி அவன் கேட்ட பொருட்கள் அவனுக்கு வழங்கப்பட்டது.

அந்த காகிதத்தில் குற்றவாளி "அன்பு சிறுமி சித்ராவிற்கு உனக்கு ரயிலில் ஸ்பைடர்மேன் கீச்செயின் வாங்கித் தருவதாக சத்தியம் செய்த சொல்லதுரை எழுதுவது. நான் இங்கே நலம் நீயும் உன் குடும்பத்தாரும் நலமாய் இருப்பீர்கள் என்று நம்புகிறேன். நான் உனக்கு கொடுத்த வாக்கின்படி நான் உணக்கு பிடிக்த ஸ்பைடர்மேன் பொம்டை கொண்ட கீச்செயினை இக்கடிதத்துடன் இணைத்துள்ளேன். நீ இக்கடிதத்தை படிக்கும் போது அந்த கீச்செயின் உன்னை வந்து சேர்ந்திருக்கும் என நம்புகிறேன். நீ நன்றாய் படி முடிந்தால் நான் உன்னை நேரில் வந்து சந்திக்கிரேன்" என அக்கடிதத்தில் குறப்பிபடிருந்தான்.

மேலும் அக்கடிதத்தையும் அந்த பொம்யை சீச்செயினனும் அக்கடிதத்தில் குறிப்பிட்டிருந்த முகவரிக்கு கொண்டு சேர்த்துவிடுமாறும் கூறியிருந்தான்.

இதுவே அவனின் கடைசி ஆசை என்று அந்த அதிகாரியிடம் கூறினான். ரெயில் நிலையத்தில் வெடிகண்டு வைத்த குற்றவாளி செல்லதுரை தூக்கிலிடப்பட்டார் என்ற தொலைக்காட்சி செய்தியை பார்த்த சிறுமி சித்ராவின் குடும்பத்தினர் அதிர்ச்சி அடைந்தனர். மறுநாள் அந்த குற்றவாளியின் கடிதமும், பொம்மை கீச்செயினும் சிறுமியின் இல்லம் வந்தடைந்தது குடும்பத்தினரின் அதிர்ச்சியோ இரட்டிப்பானது.

"பிறர் உயிர்களை எடுக்கும் குற்றவாளியின்
உள்ளத்திலும் அன்பின் ஊற்று இருக்கத்தான்
செய்கிறேதே!"

ரா.சீனிவாசன்

காக்கையின் விக்கல்

என் பெயர் வெங்கடேச பெருமாள், காகம் நம் முன்னோர்கள் என்று என் சிறுவயதில் கதையாக கேள்விப்பட்டுள்ளேன், ஆனால் நானும் இருந்து காகம் ஆவேன் என்று கனவில் கூட நினைத்துப் பார்த்ததில்லை இதோ இந்த வீட்டில் தான் நான் வாழ்ந்தேன் இப்பொழுது இங்கு வசிக்கும் சீனிவாச பெருமாள் எனது நான்காவது தலைமுறை ஆவான், என் தலைமுறைக்கு காக்கைக்கு சோறு வைத்து பின் தான் சாப்பிட வேண்டும் என்ற பழக்கம் இன்றும் மாறவில்லை, ஆகவே எனக்கும் பசிக்கு பஞ்சமே இல்லை, இப்போது போனாலும் எனக்கு உணவு தயாராக தான் இருக்கும் ஆனால் நேற்று இரவு சாப்பிட்டதே இன்னும் செரிமானம் ஆகவில்லை சிறிது நேரம் ஓய்வு எடுப்போம் என்று காகமாக மாறிய வெங்கடேச பெருமாள் மனதில் நினைத்ததை நீங்கள் கொண்டிருந்தீர்கள்

சிறிது நேரம் கழித்து பின் பிக் பிக் என்று ஒரு சத்தம் அந்தக் காகம் கண் விழித்து “என்ன விக்கல் வருவது போல் இருக்கிறது” பிக் பிக் ஆஹா இது நிற்பதுபோல் தெரியவில்லை வீட்டிற்கு சென்று தண்ணீர் குடித்துவிட்டு வரலாம் என்று இந்த காகம் தன் வாழ்ந்த வீட்டிற்கு சென்றது, அங்கு சென்று பார்த்தால்

காக்கைக்கு பெரும் அதிர்ச்சி என்னவென்று பார்த்தால் வீடு பூட்டு போட்டு இருந்தது காக்கி மனதில் “ஒருவேளை ஊருக்குப் போயிருப்பான் போல இப்போது என் தாகத்தை பிக் பிக் எப்படி தீர்ப்பது”.

“சரி சரி நேற்றுதான் மழை பெய்தது நிச்சயம் இந்த ஊரில் நல்லவர்களும் இருப்பார்கள்” என்று நினைத்துக் கொண்டு அந்த காகம் பறந்து சென்றது, பல தூரம் சென்றும் அதற்கு தண்ணீர் கிடைக்கவில்லை, தூரத்தில் ஒரு டீ கடையை பார்த்து அங்கு சென்றாள் நிச்சயம் தண்ணீர் கிடைக்கும் என்று நினைத்து அந்த காகம் அங்கு சென்றது, அந்த டீக்கடைக்காரர் காக்காவை பார்த்தும் பார்க்காதது போல் திரும்பி விட்டார் பிறகு அந்தக் கடைக்காரர் ஒரு பிஸ்கட் வைத்தார்" ஏற்கனவே சாப்பிட்ட சாப்பாடு சிரிக்கவில்லை நீ வேற! தண்ணி மட்டும் கொடுங்க கடைக்காரரே"

கடைக்காரர் "உனக்கு எவ்வளவு கொழுப்பு இருக்கும் பிஸ்கட் சாப்பிட மாட்டிகிற இனி கட பக்கம் வா பச்சைத்தண்ணி கூட கொடுக்க மாட்டேட" என்று கூறிய அந்த கடைக்காரர் அந்த காக்காவை விரட்டி விடுகிறார். அந்த காகம் "நான் எங்கே பிஸ்கட் கேட்டேன் நீயா தந்து இப்போ நீயே விரட்டி விடுற,

மனிதர்களை இப்படி தான் போல" என்று காக்கா வாக மாறிய வெங்கடேச பெருமாள் நினைத்துக்கொண்டார்.

பிறகு அந்த காகம் களைத்துப் போய்விட்டது எங்கு தேடியும் அதற்கு தண்ணீர் கிடைக்கவில்லை ஒரு மரத்தடியில் போய் உட்கார்ந்து விட்டது பிக் பிக் என்ற சத்தம் மேலும் அதிகமாகி விட்டது உடனடியாக தண்ணீர் வேண்டும் இல்லை என்றால் மீண்டும் நான் சாகத்தான் வேண்டும் ஆனால் இப்போது எனக்கு சாக விருப்பம் இல்லை தினமும் என் குடும்ப வாரிசுகளின் பார்த்து நான் மகிழ்ச்சியாக சுற்றி வருகிறேன் இப்பொழுது இறந்து விட்டால் மீண்டும் போரெப்பென்ன என்று எனக்கு நம்பிக்கை இல்லை நான் சாகக் கூடாது யாராவது தண்ணீர் கொடுங்கள் என்று அந்த காகம் கவலையில் புலம்ப ஆரம்பித்தது, தூரத்தில் ஒரு கண்ணாடி குப்பியில் பாதி அளவிற்கு தண்ணீர் இருந்தது அந்த காகம் அங்கு சென்றது தலையை விட்டு முயற்சி செய்தது தண்ணீர் குடிக்க ஆனால் முடியவில்லை.

பாவம் வெங்கடேச பெருமாள் கற்கள் போட்டால் தண்ணீர் மேலே வரும் என்று காக்காவின் கதையை அவர் படித்திருக்க மாட்டார் என்று நினைக்கிறேன் அந்த கண்ணாடி குப்பியின் பக்கத்தில் நின்று கொண்டிருந்த ஒரு சின்ன பையன் பக்கத்தில் இருந்த கற்களை அந்த கண்ணாடி குப்பியில் போட

ஆரம்பித்தான் அதைப்பார்த்த காக்கா "இந்த சின்ன பையன் ஏன் இப்படி செய்கிறார் என்று அந்தக் காக்காவுக்கு புரியவில்லை" கடைசியாக அந்த சின்ன பையன் ஒரு கல்லை போட்டதும் தண்ணீர் நன்றாக மேலே வந்து விட்டது இதைக்கண்ட காக்கா" இப்படிக்கூட செய்யலாமா இது எனக்குத் தெரியாமல் போய்விட்டது என்று எண்ணிக் தண்ணீர் குடிக்க ஆரம்பித்தார் அதன்பிறகு அவர் மனம் அமைதி அடைந்தது அந்த சின்ன பையன் எங்கே என்று தேடினர் வெங்கடேச பெருமாள்

அந்த சின்ன பையன் அப்பா அங்க பாருங்கள் என்று கூறினான் காக்கையும் அவன் தந்தையை பார்த்தார் அது வேறு யாருமில்லை சீனிவாச பெருமாள், காக்கை "அட கடைசியில் சீனிவாசன் மகனா எனக்கு தண்ணீர் குடிக்க உதவினான்" என்று நினைத்து மகிழ்ச்சி அடைந்தது காகம் (வெங்கடேச பெருமாள்).

சேவை தொடரும்...

ர. முகமத் காலித்

அன்பெனும் இசை

கடல் காற்று கடமை தவறாமல் வருடி செல்லும் வடசென்னையின் வடக்காக அமைந்துள்ள அந்த மளிகைக்கடையில் இயல்பாக இயங்கி கொண்டிருந்த அந்த இளைஞனின் இதயத்திற்குள் இடிகள் பல இடித்து அழுத்திக் கொண்டிருப்பதை அருகிலிருப்போர் அறிய வாய்ப்பில்லை.

சற்று முன்பு நடந்த சம்பவம், தன் வாழ்க்கையின் பயனற்ற தன்மையை வெளிச்சம் போட்டுக் காட்டி விட்டதாக நினைத்தான். அடிபட்ட மண்புழுவைப் போலவும், தரையில் விழுந்த மீனைப் போலவும் உள்ளுக்குள் விரக்தியில் துடிக்க, வெளியே பிரம்மை பிடித்தவனை போல நின்று கொண்டிருந்தான்.

ஆழ்மனதில் ஆதங்க அலேகளினூடே நீந்திக் கொண்டிருந்த அவனை, "தம்பி சசி, எவ்ளோ நேரம்பா உன்ன கூப்பிடுறது?" என்ற குரல் தூண்டிலாய் இழுத்து உலகத்திற்கு கொண்டு வந்தது. நெல்சன் அய்யா தான் கடைக்கு வந்திருந்தார். உயர்நீதி மன்றத்தில் நீதிபதியாக இருந்து ஓய்வு பெற்றவர். சுற்றுவட்டாரத்தில் மதிப்பு வாய்ந்த அவர், பிள்ளைகளை எல்லாம் வெளிநாட்டிற்கு அனுப்பி விட்டு, தனியாக தான் வாழ்ந்து வருகிறார்.

"இந்தாப்பா, இந்த லிஸ்ட்ல உள்ள சாமான்லாம் வீட்ல கொடுத்துடு", என்றவரிடம் ஆ, ஊ என்று பிதற்றிக் கொண்டிருந்தான் சசி, ஏதோ ஒரு பதட்டத்தில். அதை உணர்ந்த நெல்சன் அய்யாவும்,

"ஒன்னும் அவசரம் இல்ல தம்பி, பொறுமையா கொண்டு வா", எனக் கூறிவிட்டு நகர்ந்தார்.

இதுபோல் அவன் என்றும் இருந்ததில்லை. சொந்த ஊரான பரமக்குடியில் இருந்து சென்னையில் சுப்பு அண்ணாச்சியிடம் வேலைக்கு சேர்ந்து பத்து ஆண்டுகள் உருண்டோடி விட்ட நிலையில், இன்று இருபத்தோரு வயதில் வாழ்க்கை இருட்டாக தெரிய, கணத்துக்கு கணம் இதயம் கனத்து கொண்டே இருந்தது. நெல்சன் அய்யா வீட்டில் சாமான்களை சேர்த்து விட்டு வெளியே வரும் போது,

"தம்பி ஒரு நிமிஷம்" என்றார் அவர்.

"சொல்லுங்க அய்யா" என்ற சசியிடம்,

"நான் உன்ன ரொம்ப நாளா கடையில பாத்துருக்கேன். எப்பவுமே சிரிச்சு, சந்தோஷமா இருப்ப. இன்னைக்கு ஏன் இவ்வளவு வாடலா இருக்கு?" என்று அவர் அன்புடன் அவன் தோள்களை தடவி கொடுக்க, மனது என்னமோ செய்ய, மடைதிறந்த அணை போல அவன் கண்களில் கண்ணீர் பெருக்கெடுத்து வர அவனை ஒரு நாற்காலியில் அமரச் செய்தார். அவனை ஆறுதலாக

அரவணைக்க, அரை மணி நேரமாக அழுத்திக் கொண்டிருந்த உணர்வுகள் அணுகுண்டாய் சிதறின.

மளிகைக்கடையில் வேலையாளாக பணி செய்த போதும், அதைப் பற்றி அவன் அதிகமாக என்றும் கவலை பட்டதில்லை. ஆனால், அன்று நடந்தேறிய சம்பவமும், அவனை நோக்கிப் பாய்ந்த வார்த்தைகளும், முன்போல் அவனை இருக்க விடாது என்பது மட்டும் நிச்சயம். அன்று சாயங்காலம் ஆறு மணி இருக்கும். எப்போதும் போல சரக்கு விநியோகம் செய்பவர், சாமான்களை எடுத்து செல்லும் போது சசியை,
"நாயே, ஒழுங்கா எடுத்துட்டு போடா" என இரண்டு மூன்று முறை சாடினார். ஒரு கட்டத்திற்கு மேல் தாங்க முடியாத சசி,
"எதுக்கு என்ன இப்படி தேவை இல்லாம திட்டுறீங்க?" எனக் கேட்டதும், அந்த விநியோகஸ்தர் கையை ஓங்கிக் கொண்டு வர, சுப்பு அண்ணாச்சி மற்றும் தன்னுடன் வேலை பார்க்கும் குமார் அண்ணண், ஆகிய இருவருமே இவனை அடக்கி போடுவதில் தான் குறியாய் இருந்தார்களே தவிர,
"எதுக்கு, எங்க பையன அடிக்க வர்றீங்க?" என ஒரு வார்த்தையும் அந்த விநியோகஸ்தரை கேட்கவில்லை. அதுவுமன்றி, அவர் சென்றவுடன் அங்கு எதுவுமே நடக்காதது போல, அனைவரும் நடந்து கொண்டது தான் அவனுக்கு வலித்தது.

மேகத்திரை கிழிந்து மழை கொட்டுவது போல, உள்ளத்தையே திறந்து கொட்டினான் அந்தப் பெரியவரிடம். வார்த்தைகளை வேஷமாய் உதிர்க்காமல் கண்களிலேயே தன் ஆறுதலை வெளிப்படுத்தினார் அவர். ஏதோ கொஞ்சம் லேசாக உணர்ந்த சசி,

"அவர் அப்படி சொன்னாதான்யா, எனக்கு உண்மையாவே ரொம்ப கஷ்டமா இருந்துச்சு. அடுத்த நிமிஷம் இந்த வேலையும் வேணாம், ஒண்ணும் வேணாம்னு போயிடலாமுனு தோணுச்சு. அப்புறம் தான் குடும்பத்தை யோசிச்சு பாத்தேன். ஆனா இன்னைக்கு அவர் அப்படி பேசுன உடன் தான்யா, வாழ்க்கையில முன்னேறி அடுத்த கட்டத்துக்கு போகனும்னு ஒரு வெறி வந்துருக்கு" என்றவனை தட்டி கொடுத்து சுடச்சுட இட்லியும் தக்காளி சட்னியும் கொண்டு வந்து பரிமாறினார்.

"உங்க கிட்ட பேசுனது மனசுக்கு நிம்மதியா இருக்கு ஐயா, கண்டிப்பா ஒரு நாள் சொந்தமா கடை வைப்பேன். அதுக்கு நீங்க வருவீங்க பாருங்க" என்றான். கண்ணீர் தேங்கிய கண்களுக்குள் ஒளிர்ந்த நம்பிக்கை ஒளியை கண்ட அவர்.

"எதுக்கும் கவலபடாதப்பா, இரண்டு மூணு நாள் ஊரு பக்கம் போயிட்டு வா. திரும்பி வரும் போது நீ ஆசைப்பட்டதெல்லாம் நடக்கும்" என்றார்.

"ரொம்ப நன்றிங்கய்யா. அப்ப நான் வரேன்யா". எனக் கூறி விடைபெற்றவனுக்கு, அவர் கூறியது தான் சரியாக பட்டது. இரவு கடைசி பஸ்ஸில் ஏறி தன் சொந்த ஊரான பரமக்குடிக்கு சென்று விட்டான். மகனின் காயங்கள், எதுவும் அறியாத தாயும், நீண்ட நாள் கழித்து அவன் விடுமுறைக்கு வந்திருப்பதாக எண்ணி பிரியமுடன் கவனித்தார்கள்.

அவர்கள் அதிகமாக புலம்பவில்லை என்றாலும், வீட்டில் நிலவும் வறுமையின் சூழ்நிலை, கடனின் கடுமை எல்லாம் வெளிப்படையாகவே தெரிந்து. தன் வறட்டு கவுரவம் வேலைக்கு ஆகாது எனவும் இரண்டு நாளைக்கு பின் வழக்கம் போல தன் பழைய வேலைக்கு சென்று விட தீர்மானித்தான்.

மூன்று நாளைக்கு பின், புதிய எண் ஒன்றிலிருந்து அவனுடைய அலைபேசிக்கு ஒரு அழைப்பு வந்தது. அதில் நெல்சன் அய்யாவை மருத்துவமனையில் அனுமதித்து இருப்பதாகவும் அவர் சசியை வந்து பார்க்க சொன்னதாகவும் தெரிவிக்கப்பட்டது.

அவசரகதியாக அவன் கிளம்பி வருவதற்குள் நெல்சன் அய்யாவின் சுவாசம் காற்றோடு கலந்து விட்டது. சில கால பழக்கம் என்றாலும் அந்தப் பிரிவின் ஆழம் அதிக அழுத்தம் தர தேம்பித் தேம்பிக் குழந்தை

போல் அழுது கொண்டிருந்த வேளையில், நெல்சன் அய்யாவின் வழக்கறிஞர் அங்கு வந்து,
"தம்பி, சசி நீங்க தானே?" என்றார்.

ஆமென்று தலையசைத்தவனிடத்தில் ஒரு பத்திரத்தை கையில் திணிக்க, துயரத்தினூடே அதிர்ச்சியாகி, ஆவென அவரைப் பார்க்க, விளக்கமளித்தார் வழக்கறிஞர். நெல்சன் அய்யா தன் வீட்டை அவன் பெயரில் எழுதி வைத்திருப்பதாகவும் அதை அவன் கடையாக மாற்றிக் கொண்டு தொழில் செய்ய வேண்டும் என்ற விருப்பத்தையும் குறிப்பிட்டு இருந்தார். மேலும் ஒரு கடிதத்தையும் அளித்து விட்டு சென்றார் வழக்கறிஞர்.

"வருங்கால தொழிலதிபருக்கு, இக்கடிதத்தை நீ படிப்பதற்குள்ளாக நான் இவ்வுலகை விட்டு சென்றிருப்பேன். என் பிள்ளைகளில் ஒருவனாக கருதியே, உனக்கு இதை செய்துள்ளேன். இதற்கு கைம்மாறாக, எதையும் செய்ய நீ நினைக்க வேண்டாம். அவ்வாறு நினைத்தால், அந்த ஒவ்வொரு முறையும் யாரேனும் ஒருவருடன் உன் அன்பைப் பகிர்ந்து கொள். அதுவே அனைவருக்கும் மகிழ்ச்சி".

அன்புடன், நெல்சன்.

கண்ணீர் வெள்ளம் புரள, அதிர்ச்சியில் உறைந்து, மீண்டு, இன்று ஆண்டுகள் பல ஓடி விட்டன. நெல்சன் அய்யாவின் வீட்டின் கீழ்தளத்தை வடிவமைத்து, தன் தாயாரின் கைப்பக்குவத்தின் துணையுடன் சிற்றுண்டி கடையாக ஆரம்பித்து இன்று நூற்றுக்கணக்கானோர் நாடி வரும் நம்பகமான உணவகமாக உருவெடுத்துள்ளது.

பிறகொரு நாள், உணவகத்திற்கு வந்த வாடிக்கையாளர் ஒருவர் பணம் செலுத்திய போது வாங்கிக் கொண்ட பணியாளர், சற்று நேரத்தில் அதை திருப்பிக் கொடுத்து,
"உங்க கிட்ட முதலாளி பணம் வாங்க வேணாம்னு சொன்னாருங்க" என்றதும், அந்த வாடிக்கையாளர் முதலாளியைப் பார்க்க, சசி புன்முறுவல் பூத்த, சற்று திடுக்கிட்டு தான் போனார். தான் விளைவித்த அவமானம் தான் இந்த வளர்ச்சிக்கு காரணம் என்று அவருக்கு புரிந்திருக்க சாத்தியமில்லை தான்.

நெல்சன் அய்யாவின் கல்லறைக்கு பூங்கொத்து வைக்க காரில் பயணித்த போது "இன்னிசை பாடி வரும் காற்றுக்கு உருவமில்லை" என்ற பாடல் வானொலியில் ஒலிக்க சிந்தனை முத்துக்கள் சிதறின. நெல்சன் அய்யாவையும் அவனையும் இணைத்தது அன்பு தான். இன்னிசைக்கு மட்டுமா உருவமில்லை, இல்லை அந்த காற்றுக்கு மட்டுமா, அன்பிற்கும் கூடத்தான். இசை

கேட்கப் படும் போதெல்லாம் மகிழ்ச்சியை கொடுப்பது போலவே தான் அன்பு பகிரப்படும் போது ஆனந்தத்தை அள்ளித் தருகிறது. நெல்சன் அய்யாவின் வார்த்தையைத் தாண்டிய அன்பு, ஒருவரின் வாழ்க்கையையே வண்ணமயமாக்க முடிந்ததென்றால் அன்பெனும் இசையே இவ்வுலகத்தை இனிமையாக்கி கொண்டிருக்கிறது.

எ.ஷைனி மிராகுலா

கனவு தந்த தீர்ப்பு

ஓர் ஊரில் பொன்னன் எனும் சிறுவன் ஒருவன் இருந்தான். அவனது வீட்டு மாடியிலே பாதியில் கட்டி மீதி கட்டாமல் விட்ட ஓர் அறையில் ஒரு பெரிய ஓட்டை ஒன்று இருந்தது.

பொன்னனின் வீட்டை ஒட்டி விவசாய நிலங்களும், அறுவடை செய்த விளை நிலங்களும் இருந்தன.

அந்நிலங்களில் விளைந்துள்ள பயிர்களையும், அதிலுள்ள சிறு சிறு பூச்சிகளையும் உண்பதற்கு பறவைகள் பல வந்து சென்றன. அவ்வாறு வந்து சென்ற பறவைகளில் இரு குருவிகள் ஓர்நாள் பொன்னனின் வீட்டு மாடியில் உள்ள சிறிய ஓட்டை வழியாக பறந்து சென்றன. தொடர்ந்து அவ்வழியே பறந்து சென்ற குருவிகள் அவற்றை தமது கூடாக்கிக் கொள்ள முடிவு செய்தன.

அதைத்தொடர்ந்து அதை தனது கூடாக்கி வீட்டை கட்டியது. அக்கூட்டினிலே இரண்டு குருவிகளும் அதன் குஞ்சுகளும் மகிழ்ச்சியுடன் இன்பமாய் சப்தமிட்டு சந்தோஷ வானில் சிறகடித்துப் பறந்தன.

காலப்போக்கில், குருவிகளின் சப்தங்கள், பொன்னன் காதுகளுக்கு கூச்சலால் மாறியது.

ஓர்நாள் "ச்சீய்! இந்த குருவிகள், கூச்சலிடுவது பயங்கர எரிச்சலாய் வருகிறது என்று எண்ணிய பொன்னன், குருவிகள் இரை தேடி பறந்து சென்ற ஓர் நாள் குருவி குஞ்சுகள் உடைய அக்கூட்டை அட்டைப்பெட்டி வைத்து மறைத்து விட்டான்.

அச்சமயம், உணவைத் தேடி வெளியே சென்றிருந்த தாய் குருவியும் தந்தை குருவியும் திரும்ப வந்து பார்த்தபோது தமது வீட்டை காணாமல் பெரும் சப்தமிட்டு அங்குமிங்கும் அலைந்தன.

"ஐயகோ". "எனது குஞ்சுகள் பசியால் பரிதவிக்குமே!" என்று எண்ணிய தாய்க்குருவியின் நெஞ்சு படபடத்து, அதன் கண்களில் கண்ணீர் அருவியாய் பெருக்கெடுத்தது. தாய் குருவியை சமாதானப்படுத்த முடியாமலும், தனது குஞ்சுகளை எல்லாம் பார்க்க முடியாத பரிதவிப்பையும் தந்தை குருவி அங்கும் இங்கும் இரு இறக்கைகளை படபடவென அடித்தபடியே பரிதவித்து பறந்தது.

குருவிகளின் இரைச்சலையும், அது அங்கும் இங்கும் பறந்தபடியே இருப்பதையும் கண்ட பொன்னனின் பெற்றோர்கள், "பொன்னா!! என்ன இது? இன்று குருவிகள் இப்படி பறக்கின்றதே. என்னவென்று கொஞ்சம் பார்" என்பதையும் சரியாய் காதில் வாங்காமல் கண்டும் காணாமல் பொன்னன்

வழக்கம்போல தனது செயல்களில் ஈடுபட்டான். இரவானதும் உணவு உண்டு விட்டு தூங்கச் சென்றான்.

தூங்கிக்கொண்டிருந்த பொன்னனுக்கு ஒரு கனவு வந்தது. கனவினிலே, "பொன்னா, நாங்கள் வெளியூர் செல்கிறோம். வீட்டை நன்றாகப் பார்த்துக்கொள்." என கூறிவிட்டு அவனது பெற்றோர் சென்று விடுகின்றனர்.

வீட்டில், பொன்னன் மட்டும் தனியாய் இருக்கின்றான். அப்பொழுது, ஒரு பெரிய உருவம் கொண்ட அரக்கன், தனது பசிக்கு உணவாக பொன்னனை பிடிக்க வருகின்றான். பொன்னன், பயந்தபடியே வீட்டினிலே அங்குமிங்கும் அழுதபடியே ஓடுகின்றான். மிகவும் சப்தமிட்டு பயங்கரமாக அம்மா அம்மா என அலறி அழுதபடியே விழித்து விட்டான்.

பொன்னன் கண்விழித்துப் பார்த்தபோது தாய் குருவியும், தந்தை குருவியும், கண்ணீர் வழிந்த படியே அவன்வீட்டு மாடியையே சுற்றி, சுற்றி வந்தது.

"அடடா" "நான் மிகப்பெரிய தவறு செய்து விட்டேன்" கனவில் பெற்றோரை பிரிந்ததை என்னால் தாங்க முடியவில்லையே! "நிஜத்தில் அக்குருவி குஞ்சுகள் எப்படி பரிதவித்து இருக்கும்?" என்று எண்ணிய பொன்னன் உடனே விரைந்து செயல்பட்டு குருவி கூட்டினை மூடிய அட்டைகளை எடுத்து விட்டான்.

அட்டைகள் எடுக்கப்பட்ட உடன் தனது கூட்டை கண்ட குருவிகள் மகிழ்ச்சியுடன் விரைந்தோடி தமது குஞ்சுகளை ஆரத்தழுவி இன்பமாய் சப்தமிட்டன, சந்தோசமாய் சிறகடித்து ரீங்காரமிட்டன.

இத்தனை நாட்களாக குருவிகள் போடும் சப்தங்கள், கூச்சலாய் கேட்ட பொன்னனின் காதுகளுக்கு இப்பொழுது முதல், "மகிழ்ச்சி பொங்கும் குடும்பத்தில் காணப்படும் சந்தோஷமான பாடலாக" குருவிகளின் சப்தங்கள் கேட்க தொடங்கின.

பொன்னனும், குருவிகளின் பாடலை ரசிக்க ஆரம்பித்தான்! இந்த நல்ல மாற்றத்தினால், அவனுள் இருந்த எரிச்சல் மறைந்து சந்தோஷம் பொங்கியது. அவனும் மகிழ்ச்சி வானில் சிறகடித்தான்! மனதில் நல்ல எண்ணங்களை வளர்த்துக் கொண்டான்.

கருத்து:

நல்லதும் கெட்டதும் நாம் பார்க்கும் பார்வை வழியே தான் தெரிகிறது. எதையும் நல்ல நோக்குடனே பார்க்கப் பழகிக் கொள்ள வேண்டும்.... நல்ல பண்புகளை வளர்த்துக் கொள்ள வேண்டும்.

எழுத்தாக்கம்

S.P. பாலகுரு

அன்பின் வெளிப்பாடு

குழந்தைகளின் புன்னகையுடன் அழகிய வேலைப்பாடுகள் அமைந்த அந்த காப்பகத்திற்கு பத்து ஆண்டு நிறைவு விழா நடந்துக் கொண்டிருந்த நேரத்தில் ஒரு அன்னை மட்டும் கண்ணீர் மல்க நின்று கொண்டிருந்தாள்.அந்த விழாவில் கலந்து கொண்ட மல்லிகா ஏன் அம்மா அழுதுட்டு இருக்கீங்க என்று கேட்க, இந்த காப்பகத்திற்கு பின் இருக்கும் செய்தியை சொல்லத் தொடங்கினாள் நிர்மலா... நான் பிறந்தவுடன் அம்மா இறந்து விட்டார். சகோதரி தஞ்சையில் பள்ளி படிப்பை முடித்திருந்தார். முழு அன்பும் அரவணைப்பும் அப்பாவிடம் கிடைத்தது.

எனக்கு தாயின் அன்பும் வேண்டும் என்பதால் அப்பாவிற்கு மறு திருமணம் நடந்தது.அன்பும் கிடைத்தது வாழ்வின் சொர்க்கத்தில் மிதந்து கொண்டிருந்த எனக்கு திடீரென ஒரு காட்சி காலையில் விழிக்கும் போது வீடு முழுவதும் இரத்த கறை தந்தையின் உடல் வெட்டப்பட்ட நிலையில் பார்த்தவுடன் இருதயமே நின்றுவிட்டது. அது தான் கஷ்டம் என்று நினைத்த நான் மிகப் பெரிய சுமையை சுமக்க வேண்டியிருந்தது.

அப்படி என்ன நடந்தது என்று கேட்ட மல்லிகாவிடம் அப்பா இறந்தவுடன் மாற்றாந்தாய் அவள் முகத்தை காட்ட தொடங்கி விட்டால்.ஒரு வேளை உணவு கூட இல்லை. மதியம் பள்ளியில் கிடைக்கும் உணவைக் கூட உண்ண விடாமல் வீட்டிற்கு வந்து ஒரு மைல் தொலைவில் சென்று தண்ணீர் எடுத்து வரச் சொல்வார் அந்த வெயிலில் நீர் கொண்டு வந்து மறுபடியும் பள்ளிக்கு சென்று விடுவேன்.நியாய விலை கடையில் சிதறிக் கிடக்கும் அரிசியை சாப்பிட்டு வீட்டிற்கு சென்றால் அப்போது கூட வாயை ஊத சொல்லி அடித்து கொடுமை படுத்துவாள். சுற்றி இருக்கும் சொந்த காரர்கள் உதவ மாட்டார்களா என்று கேட்க அவர்களையும் அவச்சொல் பேசி வாயை அடக்கி விடுவாள்.

அப்பாவின் நினைவில் முடங்கிக் கிடந்த என்னை அப்போது கன்னியாஸ்திரீயாக இருக்கும் என் அத்தை பாண்டிச்சேரியில் இயங்கும் ஒரு பள்ளியில் சேர்த்து படிப்பை தொடரச்செய்தார்... அங்கு பெற்றோர்கள் அன்றி இருக்கும் பிள்ளைகள் ஏராளம். அப்பாவின் ஆசிரியர் பணி அக்காவிற்கு கிடைத்தவுடன் திருமணம் முடிந்த நிலையில் எனக்கும் பள்ளி படிப்பு முடிந்து அக்கா வீட்டில் இருக்கும் நிலை. அதோடு கஷ்டம் முடியவில்லை அங்கு அக்கா மாமியார் அவதூறு வார்த்தைகள் சொல்லி அடிப்பார்.

அக்காவால் என்ன செய்ய முடியும் அவளும் அழ என் வாழ்வில் தாங்க முடியாத சோதனை. இப்படியிருக்க எனக்கும் திருமணம் முடிய ஓராண்டில் வேளையும் கிடைத்தது. இனிமேலாவது மனமகிழ்வுடன் வாழலாம் என்று நினைக்கும் போது கடவுள் சும்மா இருப்பாரா? புகுந்த வீட்டில் அனாதை தானே இவள் என்று சொல்லி தன் கண்பட பேசும் மக்கள் ஒருபுறமிருக்க இவளது வருமானத்தை கண்டு பொறாமையில் சில மக்கள்... எவ்வளவு கஷ்டத்தை தாங்க முடியும் மனதளவில் பாதிக்கப்பட்டு இருந்த நிலையில் என்னை பார்த்து பொறாமை கொண்டவர்கள், அவச்சொல் பேசியவர்கள் அத்துணை மனிதர்களுக்கும் நடக்கும் வேதனையை உணர முடிந்தது, என்று கூறி தன் கதையை முடித்தாள்.

சரி இதற்கும் இந்த காப்பகத்திற்கும் என்ன சம்பந்தம் என்று கேட்க இவள் தான் பட்ட கஷ்டங்களை யாரும் படக்கூடாது என்பதற்காக இவ்வாறான குழந்தைகளுக்கு எனக்கு கிடைக்காத நல் உணவு, உடை, அன்பு கிடைக்க வேண்டும் என்று என் மகளிடம் கூறியபோது அவள் தோழியும் உடனிருந்தார். ஓ அப்ப இவள் தான் உங்கள் மகளா என்ற கேள்விக்கு ஆச்சரியமான தகவல் காத்திருந்தது... சில நாட்களில் அவள் ஒரு விபத்தில் இறந்து விட்டாள்.

அவள் தோழி காவியா தான் இன்று நாம் இங்கு அமர்வதற்கான காரணம் நான் முன்பு சொன்னதை நினைவில் வைத்து இப்போது என் ஆசையை தன்னதாக மாற்றி இன்று ஏராளமான மக்களுக்கு தன் மருத்துவ தொழிலிலும் சேவையாற்றி வருகிறாள் என்று கூறி முடிக்க கண்களில் கண்ணீர் ததும்பி நின்றாள் மல்லிகா. இன்றும் நம்மில் பலர் (பாகுபாடு காட்டும் மாற்றாந்தாயாக, மனதை புண்படுத்தும் உறவினராக, மனிதாபிமானமற்ற நிலை எப்போது மாற போகிறதோ? அன்புக்காக ஏங்குவோர் பலர் இருப்பினும் அன்பை புறக்கணிக்கும் சிலரும் வாழ்ந்து தான் வருகின்றனர்.

பெ. யாஸ்மின் மெர்சி

பெண்களுக்கே எல்லைக்கோடு?

“ஒழுக்கமான வீட்டிற்குச் சமமான பள்ளியும் இல்லை, நல்லொழுக்கமுள்ள பெற்றோருக்குச் சமமான ஆசிரியரும் இல்லை". தொடர்வண்டி பயணம் என் வாழ்வின் அங்கம். என் வாழ்வின் பெரும்பதி தொடர்வண்டி பயணமும் அதனுளடங்கிய சிறுகதைகளுமே. இந்த பயணத்தில் ஒவ்வொருநாளும் தொடர்வண்டி என்னிடம் கூறுவது "கடவுள் எளிதான பாதையை என்றும் உறுதியளித்ததில்லை, ஓர் பயனுள்ள பயணத்தைக் கொடுத்துள்ளார்."

அப்படி ஒரு நாள் தொடர்வண்டி நிலையத்தில் நான் அமர்ந்திருந்த போது ஒரு சிறு குடும்பமும் எனதருகில் இருந்த நாற்காலியில் அமர்ந்தனர். தொடர்வண்டி வருவதற்கு பதினைந்து நிமிடங்கள் இருந்ததால் காதுகேள் கருவியுடன் இசையைச் சுவைத்துக்கொண்டு சுற்றி உற்று நோக்கிக்கொண்டிருந்தேன்.

வலதுபுறம் திரும்பியபோது அந்த சிறுகுடம்பத்தை பார்த்தேன்; பெற்றோர், ஒரு மகன், ஒரு மகள், அவர்களது பாட்டி.மகன் திடீரென்று தன் தாயின் காதுகடித்தான், நமக்கு அடுத்தவர் ரகசியம் ஓர் சுவாரஸ்யம்; உற்று நோக்கினேன். என்னைப்போலவே

மகளும் அண்ணன் என்ன சொல்கிறான் எனக் கேட்டால். தாய் சொல்ல மறுக்க அடம்பிடித்தால் மகள்; "நீ பெண் பிள்ளை உனக்கு அனைத்தும் தெரியவேண்டும் என்ற அவசியம் இல்லை" என்றால் தாய். அக்குழந்தையைவிட என்னை அது பெரிதும் பாதித்தது.

அடுத்த நிமிடம் மகன் தொடர்வண்டி பாதையின் மேல் நின்று சிறுநீர் கழிக்கச்சென்றதைப் பார்த்த மகள், தன் தாயிடம் பொது இடத்தை அசுத்தப்படுத்துவது தவறென்றால். இதைக் கேட்ட தாய், "நீ அவ்வளவு வளர்ந்துவிட்டாயா? தேவையற்ற வார்த்தைகளைப் பேசாதே நீ சிறுபிள்ளை அதுவும் பெண் பிள்ளை, இப்படிப் பேசினால் பிற்பகுதி வாழ்வில் நீ திருமணம் ஆன பின் உன்னைச் சரிவர நான் வளர்க்கவில்லை என என்னையே அனைவரும் ஏசுவர்" என்று அந்த பிள்ளையின் வாயை மூடினார்.

இந்த நிகழ்வு என் மனதை உறுத்திக்கொண்டே இருக்கிறது இன்றுவரை. பெண்கள் வளர்ச்சிக்குத் தடை சமூகமும் அதன் கோட்பாடுகளும் என்று நினைத்திருந்தேன் ஆனால் வீட்டிலிருந்தே அதன் விதை முளைக்கிறது என்று நான் ஒருபோதும் அறியேன். இன்று அச்சிறுபிள்ளையின் வாயை மூடிவிட்டோம்; பருவவயதில் ஒரு ஆண் பார்ப்பது சரியாய் தவறா என்று பகுத்துப்பார்க்கத்தெரியாதபோது தன் பெற்றோரையே அவள் நாடுவாள்.

ஆனால் இவ்வாறான பெற்றோரிடம் அவள் தன்னை ஒரு ஆண் மகன் பார்ப்பது சரியா தவறா என்று தெரியவில்லை என்று கேட்டால் அடுத்தக்கனம் பெற்றோர் கூறும் வார்த்தை "நீ ஏன் வெளியே சென்றாய், நீ ஏன் மடிக்குச் சென்றாய், நீ ஏன் பாரத்தை?" இப்படி நீ நீண்டுகொண்டே போகும். திருமணம் ஆன பின்பும் கணவன் செய்யும் அனைத்தையும் பொறுத்துக்கொள்வாள், அவள் அப்பிடியே வளர்க்கப்பட்டால்.இதற்குத் தயங்கியே பெற்றோரிடம் மறைக்கத் துவங்குவாள். பின்பு வாழ்வில்,எதற்கும் துணியாமல், தவறான பாதைகளைத் தேர்வு செய்வாள்.

இப்படி வளர்ந்த பெண்களே வாழ்வில் சுயம் இழந்து, தன் பலம் அறியாமல், வாழ்வை வாழாமல், வாழ்வின் சுவை அறியாமலேயே சென்றுவிடுகிறார்கள். பெண்களும் இப்புவியில் பிறப்பதற்கு காரணமிருக்கிறது. ஒவ்வொருவரும் அதை அறிந்துகொண்டு வாழ்வெனும் தொடர்வண்டியை ரசித்துக் கொண்டே பயணிக்கவேண்டும். அதையும் பெண்களுக்கு நிராகரிப்பது குற்றமாகும். இவையனைத்தும் நம் வீட்டிலிருந்தே துவங்குகிறது. ஒரு பெண் பேச விழைந்தாள் மறுக்காதே, அவள் எடுக்கும் முடிவுகளுக்கு மரியாதை கொடு, தன் வாழ்வில் அவள் ராணி. வீட்டைவிடச் சிறந்த பல்கலைக்கழகம் ஏதும் இல்லை!

நாளை தன் பிள்ளை தலை நிமிர்ந்து நடப்பதும், தம்மைத் தலைகுனியவைப்பதும் பெற்றோராகிய தம்மிடமே இருக்கிறது. என்று ஒரு வீட்டில் பெண் பிள்ளையை அடக்குவதை விடுத்தது ஆண் பிள்ளைக்கு ஒழுக்கம் சொல்லித்தரப்படுகிறதோ அன்றே இந்த சமுதாயம் ஒழுக்கம் பெரும்! திருவள்ளுவர் கூற்றைப்போல" ஒழுக்கம் விழுப்பம் தரலான் ஒழுக்கம் உயிரினும் ஓம்பப் படும்."

Dr. M. Prarthana

நினைக்க மறந்த கதை

அதிகாலை சூரிய கிரகணங்கள் ஜன்னல் வழி வந்து என் முகத்தை ஆட்கொள்ள என் மனைவின் குரல் என்னஙக இன்னும் எழுந்திருக்கலையா என கூப்பாடு இட்டது. மனைவி அலமுவிற்கு என்னிடம் சலனம் இல்லையென்றவுடன் உலுக்கிவிட்டு இன்னும் என்ன தூக்கம் என்றாள்.

என்னால் பதில் சொல்ல முடியவில்லை ஆனால் நடப்பதெல்லாம் தெரிகிறது உடனே என்னிடம் அசைவு இல்லாததால் குழந்தைகளை அழைத்துவிட்டு பதட்டத்துடன் டாக்டருக்கு போன் செய்தாள். என்னால் கொஞ்சம் எழுந்திரிக்க முடிந்தது ஆனால் பேசமுடியவில்லை.

டாக்டர் வந்தவுடன் பரிசோதித்து விட்டு இவருக்கு உடம்பில் ஒன்றுமில்லை எனக்கூறி விட்டு மனநல மருத்துவரான அவர் நண்பரிடம் பேசினார். உடனே என் மனைவியிடம் சாயந்தரம் கூட்டிட்டுப் போங்க எனக் கூறி போக வேண்டிய இடத்தை பற்றி கூறினார். என் மனைவி அதிர்ச்சியாகி இதுதான் முதல்முறை பார்க்கிறேன் நான் சாயந்திரம் என் மனைவியுடன மருத்துவமனைக்குச் சென்றேன். என்னால் ஏன் பேச முடியவில்லை என அவர் பலகோணங்களில் ஆராய்ந்தார் பின்னர் என்

மனைவியும் இவருக்கு பிடித்த இடம் பிடித்த விஷயங்களை செய்ங்க வேறு மருந்து எதுவும் இல்லை என்றார் உடனே என் மனைவி வேறு வழியின்றி குழந்தைகளுடன் என் தாய் தந்தை இருக்கும் கிராமத்திற்கு என்னை கூட்டிச் சென்றாள் .ரொம்ப அழகான வயல்வெளிகள் ஆஹா மகிழ்ச்சியால் மனம் திளைக்க முகம் காட்டிக் கொடுத்துவிட்டது.

வீட்டை அடைந்தவுடன் பெல் அடித்தவுடன் என் அம்மா வந்து கதவை திறக்க அம்மா ஆச்சரியத்தில் நின்று விட்டாள். வாடா சீனு என்றாள் உடனே வீட்டிற்குள் சென்றவுடன் என் மனைவி நடந்ததை கூறவே என் அம்மாவிற்கு அழுவதா சிரிப்பதா எனத் தெரியவில்லை.

பெரிய முற்றத்துடன் உள்ள வீட்டைச் பார்த்தவுடன் என் குழந்தைகளுக்கு குதூகலம். காலையில் காபி இதர பானங்களை குடிக்கும் பழக்கமுடைய என் குழந்தைகளை என் அம்மா கொல்லைப்புறம் அழைத்து சென்றாள் அங்கு வேலையாள் மாட்டு மடியில் பால் கறக்க பிள்ளைகள் பாட்டி பல் தேய்க்கணும் என்றார்கள் கிணற்றில் தண்ணீர் இறைத்துக் கொடுக்க அந்த இராட்டினம் கயிறு பற்றிய சந்தேகங்களைக் கேட்டு தெரிந்து கொண்டார்கள். வீட்டில் கறந்த பாலில் அருமையான காபி ஆஹா என்ன தவம் செய்தோம்.

வேலையாள் கொல்லைப் புறத்திலுள்ள காய்கறிகளைக் கொண்டு வந்துக் கொடுக்க அருமையான சுவையுடன் அம்மாவின் கைமணம் அலங்கரிக்க பர்கர் பீட்சா சாப்பிட்ட குழந்தைகள் இதில் அசந்து போனது.

வாசல் திண்ணையில் போய் உட்கார்ந்தோம் பக்கத்துவீட்டு பாட்டி இப்பதான் ஊருக்கு வழி தெரிந்ததா எனவினவ என் மனைவிக்கு என்னவோ போல் ஆகிவிட்டது. மதியம் மல்லிகைப்பூ மாதிரி இட்லி இருக்கவே குழந்தைகள் வெரி நைஸ் என்றார்கள் எப்படி இவ்வளவு சாஃப்ட் என்று என் பையன் கேட்க என் அப்பா ஆட்டுக்கல்லைக்காட்டி இந்த மிஷின் தான் காரணம் என்றார். சட்னி அம்மியில் அரைத்தது. என்று அம்மா சொல்லவே எப்படி அரைப்பது எனக்கேட்டு என் பெண் அரைத்துக் பார்த்தாள்.

இதற்கு நடுவில் துணிதுவைக்கும் கல்லைப் பார்த்துவிட்டு மரத்திலிருந்து பறித்த இளநீரை குடித்தோம் அதிலுள்ள வழுக்கை தேங்காய் என் மனைவிக்கே மிகவும் பிடித்திருந்தது. சாயந்திரம் வீட்டில் பறித்த பூவை நாரில் கட்டி தலையில் சூடி மகிழ்ந்தார்கள்.

இரவு முற்றத்தில் நிலவு வெளிச்சத்தில் ஒரு பெரிய பாத்திரத்தில் சாதம் மொத்தமாக கலந்து ஆளுக்கு ஒரு உருண்டை தர அதிகப்படியான

கவளங்கள் உள்ளே போயின. இரவில் ஊஞ்சலில் படுத்துக் கொண்டு பாட்டியிடம் கதைக் கேட்டு கொண்டு ஊஞ்சலின் அறிவியல் தத்துவத்தை பையன் கூறஉறங்கி போனோம் யாவரும்.

மறுநாள் விடியலின் வரவு நல்வரவு ஆக கண்விழித்தேன் அப்போதுதான் தெரிந்தது நான் கண்டது எல்லாம் கனவு என்பது கண்ட கனவை நனைவாக்க குழந்தைகளுடன் முதியோர் இல்லம் நோக்கிப் புறப்பட்டேன் .மனைவி எங்கே என வினவ கோவிலுக்கு சென்று வேண்டுதல் நிறைவேற்ற என்றேன் அவளை என்னைப் புரியாமல் பார்க்க பயணத்தை தொடர்ந்தேன் மனநிம்மதியுடன்.

ரா.விஜயஸ்ரீ

கிணற்றுத் தவளை

சின்னுசாமி ஒரு ஆட்டோ ஓட்டுனர். அவர் தன் மனைவி சாந்தியுடனும் மகள் புவனாவுடனும் வாழ்ந்து வந்தார். சின்னுசாமியின் உழைப்பால் தான் அக்குடும்பத்தினரின் வாழ்க்கை சென்றது. புவனா ஐந்தாம் வகுப்பு படிக்கும் மாணவி.

சாந்தி ஒரு குடும்பத் தலைவி. கள்ளம் கபடமில்லாத மனதிற்கு சொந்தக்காரி. வெளி உலக அனுபவம் இல்லாமல் வீட்டிலுள்ளே வாழ்ந்து வருபவள். சின்னுசாமி கொடுக்கும் பணத்தில் மனநிறைவோடு குடும்பத்தை நடத்தி வருகின்றாள்.

திருமணத்திற்கு முன் தந்தையின் அரவணைப்பிலும், திருமணத்திற்கு பின் கணவனின் அரவணைப்பிலும் வளர்ந்தவள். வீட்டுக்கு தேவையான பொருட்கள் அனைத்தும் சின்னுசாமி தான் வாங்கிக் கொடுப்பார். சாந்தியை தனியாக வெளியே செல்ல சின்னுசாமி அனுமதித்தது இல்லை.. காரணம் அடக்குமுறை அல்ல, அவளின் மேலுள்ள அன்பு.

ஒருநாள் சின்னுசாமிக்கு உடல்நலக் குறைவு ஏற்பட்டது. பரிசோதித்த போது கொரோனா தொற்று இருப்பதாக மருத்துவர்கள் உறுதி செய்தனர். தொற்று அதிகமாக இருந்ததால் அன்று இரவே மூச்சுத்திணறலால் சின்னுசாமி உயிரிழந்தார்.

கணவனின் இறப்பு; சாந்திக்குப் பெரும் இழப்பாயிற்று. கணவனின் ஊதியத்தாலும், துணையோடும் வாழ்ந்த அவளுக்கு வாழ்க்கையே இருளாயிற்று. மகளைப் பற்றியக் கவலை மனதை கீறிற்று. வீட்டிற்குள்ளே வளர்ந்த அவளுக்கு என்ன செய்வதென்று அறியாது நின்றாள்.

கிணற்று தவளையான அவளின் வாழ்க்கையில் சுற்றமும் கைகொடுக்கவில்லை. முதல்முறை அன்றாட பிழைப்பிற்காக வீட்டு வேலைக்குச் சென்றாள். பல நாட்கள் அவளின் வாழ்க்கை இவ்வாறே கடந்தது.

ஒரு நாள் தன் கணவனின் ஆட்டோவினை விற்க முடிவு செய்தாள். ஆனால் ஆட்டோவினை கண்டபின் தன் கணவனின் நினைவாக இருக்கும் அவற்றை விற்பதற்கு அவளுக்கு சிறிதும் மனமில்லை. அப்போது தான் அவள் ஒரு முடிவு செய்தாள். ஆட்டோவினை தானே இயக்கக் கற்றுக் கொள்வதென்று நம்பிக்கையுற்றாள். அவ்வாறே கற்றுக் கொண்டாள். அதன் பின் கணவனிடத்தில் இருந்து தன் குடும்பத்தை நடத்தி வருகின்றாள் ஆட்டோ ஓட்டுநர் சாந்தி.

தந்தை மற்றும் கணவனின் அன்பான அரவணைப்பில் வெளியுலகம் அறியாத கிணற்றுத் தவளையாகவே பல பெண்களின் வாழ்க்கை கடந்து செல்கிறது. இக்கட்டான சூழ்நிலைகளில் அவர்கள் வெளி

உலகை சந்திக்கும் பொழுது, அவற்றை எதிர்கொள்ள முடியாமல் தவிக்கின்றனர்.

எனவே, பிறர் துணையோடு வாழ்வது பாதுகாப்பாகும்; பிறர் துணையை மட்டுமே நம்பி வாழ்வது பின்னாளில் பாதிப்பாகும்.

R.Nathiya

விழித்தால் மரணம், மூடிக்கொண்டால் வாழ்வு

பரபரப்பான அந்த சாலையில் பளிச்சென்று ஒரு வெளிச்சம் என் மேல் மோதியது. என்னவென்று போய் பார்த்தேன். ஒரு மகிழுந்து சாலையிலுள்ள தெருவிளக்கை இடித்து. அதிலிருந்து வந்த வெளிச்சம் என்னை ஈர்த்தது.

தொலைவில் இருந்தாலும் ஒளி மிகப் பிரகாசமாக வீசியதால் மக்கள் பலர் அங்கு கூடினர். சொகுசு காரில் இருந்து அந்த இளைஞன் பாதி போதையில் இறங்கினான். சீர்குலைந்த முடி, ரத்த சிவப்பில் கண்கள், பொறுப்பில்லாத பாவனை, என நின்றிருந்தவனை முதல் பார்வையிலேயே யார் வேண்டும் என்றாலும் கூறலாம். அந்த குறிப்பிட்ட வார்த்தை, பணக்காரத் திமிர் என்று, அவன் செய்த விபத்தை பார்த்தது பலர் என்றாலும், காவலர்கள் வந்து விசாரித்த பொழுது அனைவரும் திருதராஷ்டிரரின் கண்களை கடன் வாங்கி கொண்டனரோ? என்னவோ? ஒருவரும் பதில் அளிக்கவில்லை.

அந்த இடத்தில் இடிந்துபோனது தெருவிளக்கு மட்டுமில்லை! பல கனவையும் பொறுப்பையும் சுமந்துகொண்டு சாலையில் தினமும் சென்று

கொண்டிருந்த ஒரு கல்லூரி மாணவியின் எதிர்கால கனவும் நிகழ்கால வாழ்வும் தான்.

உயிர் பற்றிய விவகாரம் என்பதால் அதை பார்த்த பலரும் உயிர் அற்றவர்களாக. மனிதர்களாய் இருப்பினும் மனித நேயத்தை மறந்து போனவர்களாக. வெறுமனே குவிந்து கிடக்கும் கற்குவியல் போல என் கண்களுக்கு காட்சி அளித்தனர்.

முன்சென்ற நான் அந்த இளைஞன்தான் விபத்தை ஏற்படுத்தினான் என வாக்குமூலம் கொடுத்தேன். அக்கூட்டத்தில் நான் மட்டுமே விழித்தேன். நடந்ததை விழித்திருந்து பார்த்தேன். காவல் நிலையமும் சென்றேன். நடந்த விபத்துக்கு சாட்சியாக.

அவனின் பணக்கார பெற்றோர்கள் என்னிடம் பணிந்து கேட்டனர். என் வார்த்தைகளை திரும்ப எடுத்துக் கொள்ளுமாறு. ஆனால் தர்மம் எது என்று அறிந்து நான் அதை மறுத்தேன். நிறைய சலுகைகள் கொடுத்து என்னை மயக்கினர், அதற்கும் நான் அசையவில்லை. இறுதியில் அந்த இளைஞன் சிறைக்குச் சென்றான்.

அந்த பெண்ணுக்கும் எனக்கும் எந்த ஓர் உறவும் இல்லை என்றாலும் அவளுக்காக நீதி கிடைக்க நானும் ஒரு காரணம் என்று நினைத்தபொழுது உள்ளிருந்து என் மனம் பூத்தது.

நாட்கள் கடந்தன, அந்த இளைஞன் சிறையை விட்டு வெளியே வந்தான் என்ற செய்தியைக் கேள்விப்பட்டேன். பணம் பத்தும் செய்யும் என அறிந்த நான் அதில் இதுவும் ஒன்று என புரிந்து கொண்டேன். இதை அனைத்தையும் ஒரு பக்கம் விட்டு விட்டு என் வேலையை தொடர்ந்தேன்.

திடீரென ஒரு சப்தம்! மயங்கினேன்! கண் விழித்துப் பார்த்தபொழுது, ஏதோ ஒரு இருட்டு அறைக்குள் இருப்பது போல் இருந்தது. என் உடம்பில் இருந்து குருதி வெளியே நிரம்பி வழிந்தது. ஆனால் எனக்கு எந்த உணர்வும் இல்லை. உணர்ந்தேன் நான்! வலியை உணரும் முன்பே மரணத்தை எனக்கு உணர வைத்தனர். செய்தது எவருமில்லை. அந்த இளைஞனின் கூட்டமே.

நடந்த குற்றத்தை கண் விழித்து பார்த்ததால் எனக்கு கிடைத்த மாபெரும் பரிசு மரணம். பளிச்சென்று அதே வெளிச்சம் மீண்டும் என்னை மோதியது.

அடடா !

காலத்தால் சற்று முன்னோக்கி போய்விட்டேன் போல! இது அத்தனையும் நினைத்து!

அந்த அதிகாரி மீண்டும் மீண்டும் ஒரே கேள்வியை விசாரித்துக் கொண்டிருந்தார். சம்பவம் அதுவே, ஆனால் இப்பொழுது நானும் அந்தக் கற் குவியலில் ஓர் அங்கமானேன். அந்த இளைஞன் செய்த

தவறுக்கு சாட்சி இல்லாததால் அவன் தப்பித்தான். தப்பித்த அவன், அங்கு நடந்த விபத்தினை பார்த்தும் பார்க்காதது போல கூடியிருந்த மக்களுக்கு பணத்தால் அவர்களின் வாயை அடைத்தான். நடந்த குற்றத்தை கண்மூடி பார்த்ததால் எனக்கு கிடைத்த பரிசு என் வாழ்வு. இன்றைய சமூக அவலத்தின் ஒரு சாட்சியாக என்னை அறியாமல் நானே மாறிப் போனேன்.

கதை கூறும் எழுத்து,

சுபிக்ஷா பாலகுரு

கூட்டு குடும்பம்

முன்னிரவு எட்டு மணி ஆனதும் நான்கு தோசை தவாவில் ஆளாளுக்கு தோசையை வார்த்துக் கொண்டிருந்தால் பெரிய மருமகள் தேங்காய் சட்னிக்கு ஒருவரும் தேங்காய் நறுக்கி கொடுக்க ஒருவரும் வீட்டின் நடு மத்தியில் அமர்ந்திருக்கும் வீட்டினருக்கு இருவர் என தோசை தேங்காய் சட்னி வைத்துக் கொண்டு இருந்தார்கள் குப்பும்மாள் பாட்டியின் மருமகள்கள்.

நாளைக்கு தண்ணி வராதாம் அண்ணி என்று சொல்லி கொண்டு வீட்டில் நுழைந்தார் குப்பம்மாளின் கடைசி மகன். என்னவாம்ப்பா என்று அடுப்படியில் இருந்து குரல் கொடுத்தாள் நடுவளவள். ஏதோ பழுப்பு உடைஞ்சிடுச்சாம் அது சரி செய்யுற வரைக்கும் தண்ணீர் வராதாம் என்றார். இதே வேளையா போயிடுச்சு என்று முக சுளித்துக் கொண்டாள் கடைசி மருமகள்.

குப்பம்மாள் மடியில் படுத்து கதை கேட்டு ஆளுக்கொரு வாய் வாங்கிக் கொண்டு இருந்தார்கள் பொடிசுகள்.

குப்பம்மாள் இந்த வீட்டின் ஆலமரம் அச்சாணி குடும்பம் பிரிய கூடாது என்று சாஸ்திரம் சாம்பிரதாயம் என்று சொல்லி குடும்பத்தை சுறுக்கு பையில் கட்டி காத்துக் கொண்டு இருக்கிறார். ஐந்து மகன்கள் இரண்டு

மகள் ஒரு மகளை இளையவளாக இருக்கும் போதே போலியோ நோய்க்கு பலி கொடுத்து விட்டார்.. பெரியவர் கட்டிடங்கள் கட்டும் ஒப்பந்ததாரர் மூன்றாவது அரசு கட்டிடங்கள் கட்டுபவர் மற்ற மூவரும் அண்ணன்களுக்கு உதவி செய்து வருபவர்கள்.. ஒரு மகளை கட்டி கொடுத்தாச்சு இன்னொரு மகளை கேட்டால் பேச்சுக்கு பேச்சு மேனகா என்ன கலரு வெள்ளைக்காரி மாதிரி இருப்பாள் அந்த பழாய் போன நோய் வந்து அவளை வாயில போட்டுக்கிட்டு போயிடுச்சினு அவள் மகளை பற்றி கேட்டால் சொல்லி கண்ணீர் விடுவாள். கணவனை இழந்ததால் எந்த நல்ல காரியங்களுக்கும் அவள் முன்னிற்பது இல்லை அதனால் இப்போதெல்லாம் பெரிய மகனும் மருமகளுமே அனைத்து காரியங்களையும் செய்து வருகிறார்கள்.

பிள்ளைகள் தம்பி பிள்ளைகள் என அனைவரையும் பள்ளியில் சேர்ப்பது வரன் தேடுவது நல்லது கெட்டது என அனைத்தையும் பெரியவர்கள் இவர்களே முன்னின்று செய்கின்றனர். இதனை பற்றி மற்ற மகன்களிடம் கேட்டால் பெரியவர் என்ன சொல்லுறாரோ அது சரியாக இருக்கும் என ஒதுங்கிக் கொள்வார்கள். அந்த வீட்டு பொடிசுகளுக்கு அண்ணன்களின் கண்டிப்பு அக்காக்களின் கனிவு என எங்கள் வீட்டில் எல்லா நாளும் கார்த்திகை என்று இருக்கும். அப்பா அடிக்க வந்தால் அக்காக்களின்

தாவணிகளிலும் அண்ணன்களிடம் முறையுடுவதிலும் தப்பித்துக் கொள்வார்கள் பொடிசுகள். வீட்டிற்கு வரும் விருந்தினர்களை புறம் பேசவிடுவதில்லை அகமகிழ விடுவார்கள் இந்நாளிலும் இப்படியா என்று. இப்படி அக்கம் பக்கத்தினர் ஊரார் என சொல்லாதவர்கள் இல்லை.

இரு மகன்கள் பணியின் காரணமாக பட்டணத்திற்கு மாறுதலாகியாச்சு இருந்தாலும் தீபாவளி பொங்கல் என்று சொந்த ஊர் செல்ல மறக்கவில்லை வருடத்திற்கு ஒரு முறை குல தெய்வம் கோவிலுக்கு குடும்பத்தொடு சென்று வழிபட தவறியதில்லை தனித்து யாரும் செல்வதில்லை.

"பிறந்தது ஓர் மடி வளர்ந்ததோ பலர் மடி" இப்படி யார் யாரின் மகன்/மகள் என்று தெரியாத அளவுக்கு ஊரார் குழம்பியது உண்டு அப்படி யார் வேண்டுமானாலும் தவழ்ந்து கிடைக்கும் குழந்தைகள்.

ஓட்டு கேட்டு வருபவர்கள் கூட வீட்டு மூத்த மகனிடம் அதிகம் வினவுவார்கள் குடும்பத்தில் குறைந்தது பதினைந்து ஓட்டு தேறும் என்று. யாராவது எப்படி இந்த காலத்தில் இப்படி கூடி இருக்கீங்க என்று கேட்டால் போதும் "மண்ணில் இறக்க போகிறோமே தவிர மீண்டும் இம்மண்ணில் ஒன்றாக பிறக்க போவதில்லை" என்று சினிமா பட பாணியில் சொல்ல தவறியதில்லை.

சாஸ்திரம் சாம்பிரதாயம் என்று கூறி உறவை சேர்த்து வைத்துக் கொண்டு பிள்ளைகளை ஒரே குடும்பமாக காத்த குப்பம்மாள் பாட்டி மறைந்தாயிற்று ஊராரும் வியந்து பார்க்கும் அளவுக்கு இறுதி ஊர்வலம் நடந்தேறியது. ரோஜா செடி தழைக்க பக்கத்தில் இருக்கும் குச்சி சரிந்தாலும் அவள் ஏற்படுத்திய சாஸ்திரம் சாம்பிரதாயம் இன்னும் அக்குடும்பத்தை நிமிர்ந்து நிற்க்கவே செய்கிறது.

துன்பங்கள் தூரத்தில் நிற்க
இன்பங்கள் இணைந்தே இருக்க
யாரையும் மதிக்கும் குணம் இருக்கும்
யாவரும் மதிக்கும் குணமும் இருக்கும்
இத்தனையும் அளித்திடும் சொர்க்கம் — இதை
அறிந்தவர் இணைந்ததே இருப்பர்
அறியாதவர் விலகி இருப்பர்...
இத்தனையும் அனுபவிப்பவர் கொடுத்து வைத்தவர்...
கூட்டு குடும்பத்தில் உள்ளவர்கள் அனுபவசாலிகள் இல்லை அனைத்தையும் அனுபவித்தே அனுபவசாலியானவர்கள்.

இ.யுவராஜ்

www.ingramcontent.com/pod-product-compliance
Lightning Source LLC
LaVergne TN
LVHW060258051026
849517LV00003B/851
* 9 7 8 9 3 9 2 5 0 7 0 0 7 *